सर विश्वेश्वरय्या

भारतरत्न डॉ. मोक्षगुंडम् विश्वेश्वरय्यांचे चरित्र

मुकुंद धाराशिवकर

साकेत प्रकाशन

सर विश्वेश्वरय्या
चरित्र
मुकुंद धाराशिवकर

Sir Vishveshvarayya
Biography
Mukund Dharashivkar

प्रकाशन क्रमांक - १८१७
पहिली आवृत्ती - २०१७
दुसरी आवृत्ती - २०२२

© सर्व हक्क सुरक्षित, २०१७

प्रकाशक
साकेत बाबा भांड
साकेत प्रकाशन प्रा. लि.
११५, म. गांधीनगर, स्टेशन रोड
औरंगाबाद - ४३१ ००५
फोन - (०२४०)२३३२६९२/९५
www.saketprakashan.in
saketpublication@gmail.com

मीरा मुकुंद धाराशिवकर
रमाई, नगरपट्टी
धुळे - ४२४ ००१
फोन. ९४२०३७७६८४

पुणे कार्यालय
साकेत प्रकाशन प्रा. लि.
ऑफिस नं. ०२, 'ए' विंग
पहिला मजला, धनलक्ष्मी कॉम्प्लेक्स
३७३, शनिवार पेठ
कन्या शाळेसमोर, कागद गल्ली
पुणे - ४११ 030
फोन - (०२०) २४४३६६९२

अक्षरजुळणी : धारा प्रिंटर्स प्रा.लि.
मुखपृष्ठ : संतुक गोलेगावकर

मुद्रक :
प्रिंटवेल इंटरनॅशनल प्रा. लि.
जी-१२, चिकलठाणा, औरंगाबाद

ISBN-978-93-5220-127-3

किंमत : १७५ रुपये

ज्या सामान्य माणसाचे आयुष्य
सुखकर व्हावे म्हणून
'ते' आयुष्यभर झटले
वापरात येईल ते शिक्षण अन्
जगणे समृद्ध करील ते जीवन
हा मूलमंत्र प्रत्यक्ष न सांगताही
संधी मिळेल तिथे तिथे राबविला
आणि
आपल्यातले सद्गुण सांभाळीत
जे समाजासाठीच जगले
अशा
भारतरत्न डॉ. मोक्षगुंडम्
विश्वेश्वरय्यांना
ही त्यांच्या स्मृतीची छोटीशी पणती
सादर अर्पण...

- मुकुंद

आमचे ज्येष्ठ लेखक मुकुंद धाराशिवकर यांची 'वाळवंटातील वादळ', 'लिलिपुटच्या शोधात' आणि 'ऑपरेशन भागीरथी' ही पुस्तके साकेतने या अगोदर प्रकाशित केली आहेत. मात्र, त्यांच्या 'सर विश्वेश्वरय्या' या पुस्तकाचे काम चालू असताना अचानक त्यांच्या निधनाची बातमी आली. हे पुस्तक त्यांच्या निधनानंतर प्रकाशित होत आहे. हे पुस्तक प्रकाशित करताना आम्हाला त्यांची उणीव प्रकर्षाने भासते आहे.

- प्रकाशक

अनुक्रम

मनोगत

लोकमान्य टिळक एकदा म्हणाले होते, "स्वराज्य मिळवायचे असेल तर शत्रूचे कायदे मोडा. त्यांनी १४४ कलम लावले आणि हातात काठी घेऊन फिरायला बंदी घातली तर ऊस घेऊन जा. प्रसंगी त्याने शत्रूला झोडपता येते आणि थकवा आला तर रस काढून पिताही येतो. मात्र या कायदेभंगाबरोबरच स्वातंत्र्य मिळविल्यावर ते कुठे राबवायचे यासाठी एक नवी चौकट निर्माण करावी लागते. त्यासाठी नवे कायदे, नवे विचार, नवी धोरणे तयार करावी लागतात. ती धोरणे तयार करणारा एक चमू पिछाडीवर काम करीत तयारीतच असावा लागतो."

विश्वेश्वरय्या हे या दुसऱ्या आघाडीवर काम करणाऱ्या चमूच्या अग्रणी होते. त्यांना सुराज्य हवे होते ते सर्वसामान्य माणसाचे आयुष्य सुखी व्हावे म्हणून! त्यांचे आर्थिक उत्पन्न वाढावे व त्यातून त्यांचे जगणे हे एक आनंदाचे गाणे व्हावे म्हणून ते आयुष्यभर झटत राहिले.

ते इंजिनिअर होते; पण केवळ अभियांत्रिकी कामांचे इंजिनिअर नव्हते. ते लोकांची मने प्रफुल्लित करणारे अन् आयुष्य सुखकर मार्गाने जगण्याचा मार्ग तयार करून देणारे मानवी मनाचे इंजिनिअर होते.

हे साध्य करण्याचे त्यांच्या मनातले मुख्य साधन म्हणजे 'शिक्षण'! जीवन समृद्ध करण्यासाठी या शिक्षणाचा वापर करून, त्यातून रोजगाराच्या संधी

मिळाव्यात असा त्यांचा दृष्टिकोन होता. जे प्रत्यक्ष वापरता येते अन् जगणे सोपे करते ते ज्ञान म्हणजे 'शिक्षण.' ही त्यांची व्याख्या होती. त्यानुसार उच्चतम शिक्षण, वाणिज्य, व्यवस्थापन, भाषा, विज्ञान याबरोबरच शेतकी शिक्षण, कौशल्य विकसनाचे छोटे छोटे अभ्यासक्रम यावर त्यांनी भर दिला. मातृभाषेतून शिक्षणाचा प्रसार केला. त्यासाठी 'कन्नड' भाषेतून खास पुस्तके तयार करून प्रकाशित व प्रसिद्ध केली. नियतकालिकाची स्थापना केली.

नोकरी व व्यवसायासाठी उद्योगधंदे, कारखाने चालविता यावेत म्हणून पैशाची गरज पूर्ण करू शकणारी बँक, कारखान्यासाठी आवश्यक त्या गुणवत्तेचे शिक्षण देणारे विद्यापीठ, शेती समृद्ध व्हावी म्हणून हमखास पाणी व वीजपुरवठा, पायाभूत सुविधा हे सगळे एका साखळीत गुंफून त्यातून राज्य व राष्ट्रविकासाचा मार्ग सांगणारी १३ पुस्तके त्यांनी लिहिली. हे सगळे डॉ. मोक्षगुंडम् विश्वेश्वरय्या या एकाच व्यक्तीचे कर्तृत्व!

देशाच्या विकासासाठी ५ वर्षांची योजना आखणे व १० वर्षांचे धोरण तयार करणे हे जगात पहिल्यांदा १९२० मध्ये त्यांनी सांगितले. कार्ल मार्क्सने सुमारे दीडशे वर्षांपूर्वी लिहून ठेवलेले हे धोरण पुढे १९२७ साली रशियात प्रत्यक्ष अमलात आणले. लेनिनने रशियात पंचवार्षिक योजना या पद्धतीला सुरुवात केली. पुढे भारत स्वतंत्र झाल्यावर तीच पद्धत इथेही अमलात आणली गेली. काळाच्या पुढे जाऊन विचार करणारे दूरदर्शी असे विश्वेश्वरय्या!

त्यांचा परिचय अवघ्या १३६ पानांच्या पुस्तकातून करून देणे हे महत्त्वपूर्ण काम कठीणच होते; परंतु माझे मित्र बाबा भांड म्हणाले, "आपण छोटे पुस्तक देऊ या." आपल्या आयुष्याचा १८८४ ते १९५५ इतका प्रदीर्घ ७१ वर्षांचा कालखंड हा प्रत्यक्ष कामे करण्यात घालविलेल्या व्यक्तीचा परिचय लोकांना पुन्हा नव्याने सांगावा लागला तर सांगू या. या छोट्याशा पुस्तकातून तो पुन्हा एकदा देऊ या. या विचारातूनच हा छोटेखानी ग्रंथ तयार झाला.

केवळ तरुणांसाठी हा ग्रंथ लिहावयाचा असा विचार डोक्यात ठेवला होता; पण हे काम तितके सोपे नव्हते. मात्र या छोट्याशा प्रयत्नातून तो उपयुक्त आणि बऱ्यापैकी परिपूर्ण करता आला हे निश्चित! धुळयात विश्वेश्वरय्यांचे संग्रहालय उभारताना हा परिचय वेगवेगळ्या पद्धतीने करून दिला पाहिजे, हे मनात बिंबत गेले.

त्यातून ६०० पानांचा मोठा 'द्रष्टा एम.व्ही.' हा चरित्रात्मक ग्रंथ तयार झाला. त्यापूर्वी 'विश्वेश्वरय्या स्मृतिग्रंथ' मी संपादित केला होता. तरीही इतके सांगितल्यावरही बरेच काही मांडायचे राहून जाते, असेच मला या ग्रंथाबाबतही जाणवत राहिले आणि त्यासाठी प्रत्येकाच्या मनात कुतूहल जागृत करणारा 'सर विश्वेश्वरय्या' हा ग्रंथ लिहिला.

हे पुस्तक वाचून तुम्हाला या महान व्यक्तिमत्त्वाचा प्रत्यक्ष परिचय सविस्तरपणे करून घ्यावासा वाटेल, याची मला पूर्णपणे खात्री आहे. तुम्ही एकदा तरी सवड काढून विश्वेश्वरय्या संग्रहालय पाहायला धुळ्याला याल, याबद्दल माझ्या मनात विश्वास आहे.

हा ग्रंथ ज्या स्वरूपात तुम्हाला दिसतोय, तसा तयार करण्यासाठी डी.टी.पी. आणि संपादकीय विभाग, मुखपृष्ठकार, माझे प्रकाशक मित्र बाबा भांड व त्यांचे कुटुंबीय तसेच माझी पत्नी सौ. मीरा यांचे फार मोठे सहकार्य मिळाले. विश्वेश्वरय्या यांचे नातू श्री. मोक्षगुंडम् सतीश यांचेही मोलाचे सहकार्य मिळाले. त्या सगळ्यांचे मी ऋण व्यक्त करतो.

ग्रंथ जरूर वाचा. वाचून आवडला की प्रतिक्रिया लिहा, प्रकाशकांना कळवा, मेल पाठवा. फोन करा. आम्ही आपल्या प्रतिसादाची वाट पाहतोय.

आपण श्रीमती मीरा मुकुंद धाराशिवकर यांनादेखील ९४२०३७७६८४ या भ्रमणध्वनीवर पुस्तकासंबंधी प्रतिक्रिया कळवू शकता.

आपला स्नेहकांक्षी
मुकुंद धाराशिवकर

कष्टमय बालपण

त्यांचे नाव विश्वेश्वर!

मूळ रहिवासी तेलंगणा प्रांतातील (पूर्वीचा एकत्रित आंध्र प्रदेश) मोक्षगुंडम् या गावाचे!

मोक्षगुंडम् विश्वेश्वरय्या!

वडील श्रीनिवास शास्त्री आणि आई वेंकटलक्ष्मी.

या प्रांताच्या पद्धतीनुसार व तेथील कुटुंबव्यवस्थेप्रमाणे आधी गावाचे व नंतर व्यक्तीचे नाव लिहिले जाई. विश्वेश्वरय्यादेखील याप्रमाणे आपले नाव लिहीत.

जन्म झाला १५ सप्टेंबर, १८६१ रोजी. कर्नाटकातील (त्यावेळचे म्हैसूर राज्य) कोलर जिल्ह्यातल्या मुद्देनहळ्ळी या छोट्या गावात. ते गाव चिकबल्लापूर या तालुक्यात आहे.

त्यांचे कुटुंब हे महादेवाचे पुजारी. पुढे कुटुंब वाढले. मंदिरातून येणारे उत्पन्न पुरेना. त्यामुळे काही लोकांनी गाव सोडले. त्यानुसार श्रीनिवास शास्त्रींनीही सोडले. मुद्देनहळ्ळी येथे येऊन मारुतीच्या मंदिरात ते पूजा आणि काही व्यापाऱ्यांकडे हिशोब लिहिणे अशी कामे करू लागले. त्यांना चार भाऊ आणि दोन बहिणी.

विद्यार्थिदशेतील विश्वेश्वरय्या, मुद्देनहळ्ळी येथील
जन्मस्थान (ता चिक्कमंगळूर, जि. कोलर)

मोठे तिपय्या, त्यानंतरचे वेंकटेशय्या, त्याहून लहान विश्वेश्वरय्या, चौथे रामचंद्रराव, धाकटे व्यंकटराम. बहिणींची नावे अनुक्रमे मीनाक्षी आणि नंजम्मा.

सगळे कुटुंब गरिबीत; पण सुखात राहत होते. मुले चांगल्या पद्धतीने शाळेत शिकत होती. सर्वजण एकत्र तीर्थयात्रेला जात होते. अशाच एका तीर्थयात्रेत चिदंबरम् येथील शिवमंदिरात त्यांची मौंज झाली.

मात्र अचानक मोठे दैवी संकट आले. वयाच्या १२ व्या वर्षीच वडिलांचे अचानक निधन झाले. त्यामुळे उत्पन्नाचे साधनच संपले. शेवटी आईने निर्णय घेतला. सगळ्या मुलांना घेऊन ती बंगलोर येथे भावाकडे आली.

मामा रामय्या हाही मोठ्या मनाचा माणूस. त्याने सगळ्यांना राहायला घर दिले. दोन वेळेच्या जेवणाची व्यवस्था केली. मुलांना शाळांमध्ये प्रवेश

मिळवून दिला. अशा रीतीने बंगलोरला विश्वेश्वरय्या यांच्या पुढील शिक्षणाची सुरुवात झाली मॉडर्न हायस्कूलमध्ये तसेच पुढे सेंट्रल कॉलेजमध्ये.

अर्थात मामा काही श्रीमंत नव्हता. त्यामुळे आपापल्या शिक्षणासाठी वह्या, पुस्तके, पेन इत्यादीसाठी जो खर्च येईल तो ज्याचा त्याला कमवावा लागे. विश्वेश्वरय्या त्यालाही पुढे सरावले. त्यातून त्यांनी आपल्यापेक्षा मागील वर्गात असणाऱ्या मुलांच्या शिकवण्या घ्यायला सुरुवात केली.

एका शिकवणीसाठी तर त्यांना रोज ८ मैल (सुमारे १३ किमी.) चालत जावे लागे आणि तेवढेच अंतर परत यावे लागे. मात्र त्यांनी या कामात कधीही कंटाळा केला नाही. रस्त्याने जाता-येताना ते गणिते तोंडी सोडवत, पाढे तोंडपाठ म्हणत, इंग्रजी स्पेलिंग तोंडपाठ करीत. त्यामुळे गणित व इंग्रजी हे आधीच पक्के असलेले विषय आणखी पक्के झाले. मुख्याध्यापक चार्लस वॉटर्स यांचे ते अति लाडके विद्यार्थी झाले. शालांत परीक्षेत ते जिल्ह्यात पहिले आले व त्यानंतर त्यांनी सेंट्रल कॉलेजमध्ये प्रवेश घेतला.

महाविद्यालयीन शिक्षण

तीन वर्षांत बी.एस्सी.ची पदवी मिळविली, तेदेखील विद्यापीठात अव्वल क्रमांक मिळवून! गुरू चार्लस् वॉटर्स यांनी जेव्हा त्यांना त्यांच्या ध्येयाची विचारणा केली तेव्हा इंजिनिअर व्हावयाची इच्छा त्यांनी व्यक्त केली. गुरूने शिफारस पत्र दिले. म्हैसूरच्या दरबाराने शिष्यवृत्ती दिली. अशा रीतीने पुण्याच्या कॉलेज ऑफ इंजिनिअरिंगमध्ये (त्यावेळचे नाव कॉलेज ऑफ सायन्सेस) त्यांना प्रवेश मिळाला.

अभ्यासक्रम तीन वर्षांचा होता. मात्र ते मुळातच हुशार आणि कष्टाळू असल्याने त्यांनी तो अभ्यास अडीच वर्षांतच पूर्ण केला.

नोव्हेंबर १८८३ मध्ये एल.सी.ई.ची (आताचे बी.ई.) परीक्षा दिली.

फेब्रुवारी १८८४ मध्ये परीक्षेचा निकाल लागला. विश्वेश्वरय्या विद्यापीठात पहिले आले होते. त्यांना बर्कले पारितोषिकही मिळाले होते. गुरू चार्लस

कॉलेज ऑफ सायन्स आताचे कॉलेज ऑफ इंजिनिअरिंग,
पुणे (C.O.E.P.) येथून बर्कले पारितोषिक मिळवून
धुळ्याला आले त्यावेळचे विश्वेश्वरय्या.
(पार्श्वभूमीवर कॉलेजची मुख्य इमारत आहे)

वॉटर्स यांनी त्यांना एक भली मोठी डिक्शनरी भेट म्हणून दिली. मुंबई राज्य पी.डब्ल्यू.डी.ने त्यांच्या नियमानुसार लगेचच नोकरीत रुजू करून घेतले. अशा रीतीने मुंबई राज्य पी.डब्ल्यू.डी. मध्ये नाशिक विभागात धुळे येथे खान्देशाचे असिस्टंट इंजिनिअर म्हणून त्यांची नेमणूक झाली. येथून पुढे त्यांच्या आयुष्यातली खरी वाटचाल सुरू झाली. एक बीज रोवले गेले.

विद्यार्थी अवस्थेतली त्यांनीच लिहून ठेवलेली एक घटना मोठी गमतीदार आहे. एकदा त्यांचे वडील आपल्या सगळ्या मुलाबाळांसह जोगच्या धबधब्यावर गेले होते. विश्वेश्वरय्याही सोबत होतेच. तिथे जवळच एक शिवालय आहे. सर्व कुटुंबातली मंडळी धबधब्याच्या पाण्यात अंघोळ करून मंदिराकडे गेली. विश्वेश्वरय्या मात्र आधीच तेथून सटकले होते. जवळच्या एका टेकडीवर जाऊन बसले होते. बराच वेळ धबधब्याच्या पडणाऱ्या पाण्याकडे एकटक बघता बघता त्यांच्या मनात विचार आला आणि ते स्वतःशीच पुटपुटले, "oh!

what a waste ! अरे रे! किती हा पाण्याचा अपव्यय! हे पाणी
कामात घ्यायला हवे,"

म्हणजे काय करायचे हे त्यांना माहीत नव्हते. ते पुढे इंजिनिअर
झाल्यावर त्यांना कळले. या उंचावरून कोसळणाऱ्या पाण्यापासून
वीज निर्माण करता येते; तसेच तिथून पुढे जे पाणी वाहत जाते. ते
जर शेतांना पुरवता आले तर उत्तम पिके घेता येऊ शकतात किंवा
जर उद्योगधंद्यांसाठी, काही वस्तूंच्या उत्पादनासाठी वापरले तर
अनेकांना त्यातून रोजगार मिळू शकतो. याचा योग्य तो वापर केला
तर संपत्ती निर्माण करता येते.

अर्थात या नंतरच्या ज्ञानाचे बीज हे त्या बालवयातल्या विचारात होते.
अशा लहान वयात असे विचार मनात येणे हे विशेषच!

पुढे ते विचार लक्षात ठेवून त्याचे प्रत्यक्ष कृतीत रूपांतर करण्यासाठी
आपले अधिकार वापरणे; तसेच आपण निवृत्त झाल्यावरही त्याचा पाठपुरावा
सुरू ठेवणे व ते काम करवून घेणे, यालाच त्या व्यक्तीची महानता म्हणतात.

विश्वेश्वरय्यांच्या अंगी असे अनेक गुण होते. म्हणूनच आजही त्यांची
आठवण मनात कायम आहे. त्यांच्या या गुणामुळेच जोग धबधब्यातून जलविद्युत
निर्मिती सुरू झाली. तसेच ते पाणी सिंचनासाठी वापरले जाऊ लागले.

विश्वेश्वरय्यांसारख्या सामान्य परिस्थितीतून उभे राहून जगभराच्या
कर्तृत्ववान व्यक्तींच्या यादीत आपले नाव घेतले जाईल. एवढे मोठे कर्तृत्व
गाजविण्याच्या व्यक्तीबद्दल, त्यांच्या जीवनाबद्दल तसेच बालपणाबद्दल जाणून
घ्यावयाची सगळ्यांनाच मोठी इच्छा, उत्सुकता आणि कुतूहल असते.

मात्र विश्वेश्वरय्यांना ही गोष्ट अजिबात आवडत नव्हती. स्वतःचे खाजगी
जीवन यावर ते कधीच, काहीही बोलले नाहीत. त्यांनी काहीही लिहिले
नाही.

Memoirs of my working Life म्हणजे 'माझ्या कार्यजीवनाची
स्मरणगाथा' हे कार्यचरित्र त्यांनी लिहिले, मात्र आपली भावंडे (चार भाऊ व

दोन बहिणी) यांची माहिती लिहिली नाही. मामा रामय्या यांचाही केवळ उल्लेख केला आहे.

त्यामुळेच अत्यंत मेहनतीने व कष्ट करत त्यांनी शिक्षण पूर्ण केले आणि 'कमवा आणि शिकवा' हे तत्त्वही पाळले असले तरीही त्याचा फारसा तपशील उपलब्ध होत नाही. जणू त्यात काय महत्त्वाचे? आपल्या देशात असंख्य तरुण, तरुणी अशा परिस्थितीतच वाढली, शिकली, मोठी झाली. त्यातलेच आपणही एक आहोत. त्यामुळेच 'मौन' किंवा काहीही न बोलणे हेच या तपशिलावरचे त्यांनी दिलेले उत्तर आहे.

आज अगदी आपल्या छोट्याशा यशालाही गवगवा करण्याच्या काळात अशा पद्धतीने वागणे व वटवटणे या बाबी समजावून घेणे कठीण जाते. मात्र The fact is fact या त्यांच्याच वाक्यानुसार ते समजावून घ्यावे लागते. इतकेच.

धुळ्यात मिळाला धडा

हा कानडी विश्वेश्वर महाराष्ट्राच्या उत्तर कोपऱ्यात असलेल्या धुळ्याला येऊन पोहोचला. तोपर्यंत १८८४चा अर्धा एप्रिल महिना संपला होता. साक्री या तालुक्यातील नांदवण या खेड्याजवळ असलेल्या दादर्ती बंधाऱ्यावरील पाटाचे काम तातडीचे होते. ठेकेदार ठरला होता. काम दिले गेले होते. मात्र अवकाळी पाऊस आला. ठेकेदाराने आणलेले सर्व साहित्य नदीला आलेल्या पुरात वाहून गेले, त्यामुळे काम बंद पडले.

विश्वेश्वरय्यांनी विचार केला, चार महिने जाऊ दिले तर? पावसाळा संपेल आणि होणारे नुकसानही टळेल. लगेच कार्यालयात जाऊन त्यांनी आपले विचार कळविणारे पत्र आपल्या वरिष्ठ अधिकाऱ्यांना लिहिले व काम चार महिने स्थगित करण्याचा सल्ला दिला.

तातडीने उत्तर आले, "तुम्हाला काम करायला नेमले आहे सल्ला द्यायला नाही. जमत असेल तर काम करा. नाहीतर राजीनामा देऊन परत जा."

हा एक जोरदार फटका होता. कायम पहिला क्रमांक मिळविणाऱ्या व्यक्तीला हा एक मोठाच धडा होता. जेव्हा आपण एखाद्या मोठ्या यंत्रणेत काम करतो तेव्हा वरिष्ठांची मते जाणून घ्यायची असतात. त्यांच्या इच्छा या आज्ञा मानायच्या असतात. त्या प्रत्यक्षात आणायचा प्रयत्न करायचा असतो. आपली मते ही

वेगळी व स्वतंत्र असू शकतात. ती कामाच्या दृष्टीने अत्यंत फायदेशीरही असू शकतात. ती सोडून देता येत नाहीतच. मात्र शक्यतोवर ती चौकटीत बसवून घ्यायची आणि मगच प्रत्यक्षात आणावयाची असतात.

मुळातच मितभाषी असलेल्या विश्वेश्वरय्यांसाठी हा आयुष्यातला एक फार मोठा धडा ठरला. पुढे आयुष्यभर ते कामे करीत गेले. कामांच्या माध्यमातून व्यक्तही होत गेले. त्यासाठी त्यांनी आपले सर्वस्व अर्पण केले. मात्र त्याबद्दल फारसे काही बोलले नाहीत.

जणू माझी प्रत्यक्ष कृती, हेच माझे मत! माझ्याबद्दल जाणून घ्यायचे असेल, तर माझ्या कामांबद्दल माहिती करून घ्या. बाकीच्या गोष्टी आणि माझे व्यक्तिमत्त्व हे तुम्हाला आपोआपच समजेल. हा त्यांनी आपल्या जीवनाचा मंत्रच बनविला.

एका साध्या पत्रातून ते एवढे शिकले, एवढा धडा घेतला, आयुष्याच्या महाविद्यालयात त्यांनी घेतलेला हा पहिला धडा!

या मंत्राचा त्यांच्या आयुष्यावर किती परिणाम झाला, हे त्यांचे आत्मचरित्र हातात घेतले की कळते. त्याचे नावच त्यांनी दिले आहे, 'The memoirs of my working life' (माझ्या आयुष्यातील कामांची स्मृतिचित्रे,) म्हणजे फक्त कामे. खाजगी आयुष्य, खाजगी मते हे सगळे कुठेच नाही. त्यांचे व्यक्तिमत्त्व शोधावे लागते, ते त्यांनी केलेल्या अशा अद्वितीय कामांमधून!

पहिले काम

पुन्हा कामाकडे वळूया. दातर्तीच्या पाटाचा पूल आणि धुळे शहराच्या पाणीपुरवठ्याची डेडरगावाहून येणारी पाइपलाइन! दोन्ही ठिकाणी पावसाळा सुरू असल्यामुळे पाण्याने भरलेले नदी, नाले हा प्रश्न होताच!

पिलर्स बांधायचे तर पाया घ्यायला हवा. त्यासाठी खोदकाम करायला हवे; पण करणार कसे? तिथे तर पात्र भरून पाणी वाहत होते. ते पाणी कामाचा सगळा मार्ग थोपवित होते.

धुळे येथील विश्वेश्वरय्या संग्रहालय, त्यांनी आपली अभियांत्रिकी कारकीर्द याच इमारतीत सुरू केली (१८८४-८५).

पण अशा अडथळ्यांनी गप्प बसतील ते कसले विश्वेश्वरय्या! ते एका खडकावर बसले. एकटक पाण्याकडे पाहत विचार करू लागले. काय करता येईल बरे? सापडतो का काही मार्ग? अन् काही तासातच मार्ग सुचला. वक्रनलिका पद्धतीचा वापर करायचा. खरेतर ही पद्धत वापरणारे ते काही पहिले नव्हते. यापूर्वीदेखील अनेक राजमहालांमध्ये व किल्ल्यांमध्ये ही पद्धत वापरलेली होती. मात्र या वैज्ञानिक पद्धतीचा सामान्य माणसाच्या शेतीसाठी आणि पिण्याच्या पाण्यासाठी वापर करणारे ते पहिलेच व्यक्ती होते.

वक्रनलिका पद्धत म्हणजे पाण्याच्या स्वतःच्या अंगी असलेल्या स्वतःच्याच एका गुणधर्माचा वापर!

पाणी कोणत्याही आकारमानात ठेवले तरी ते समान पातळीवरच राहते. समजा पाइपने खाली नेले तर पुन्हा मूळ पातळीवर परत येते.

या गुणधर्माचा वापर करून घेण्याचे त्यांनी ठरविले. नदीच्या पात्राखाली सुमारे ६-७ फूट (आताच्या मापानुसार दोन मीटर्स) खोल खड्डा करायचा.

तिथून पात्राखालून आरपार बोगदा खोदायचा. त्यातून लोखंडी पाइप टाकून पाणी आरपार न्यायचे. वरचा नाला दुथडी भरून वाहत असला तरीही.

हे शक्य होते! विश्वेश्वरय्यांनी ते शक्य केले. १८८४ साली त्यांनी जी 'सायफन' किंवा वक्रनलिका बांधली ती २०१४ मध्येही त्याच कार्यक्षमतेने काम करीत होती. तिला नदीच्या पात्रातच एक Self cleaning device म्हणजे स्वतःची यंत्रणा स्वच्छ करण्याची योजना अंगीभूत असलेला व्हॉल्ह बसविलेला होता. हा कॉक उघडला की त्या सायफनच्या दोन्ही अंगाचे पाणी या मोकळ्या छिद्राकडे वाहून येई आणि त्यातून ते बाहेर कारंज्यासारखे उडू लागे. थेट पाण्याच्या उंचीपर्यंत. त्या उडण्यातूनच खालच्या आडव्या पाइपात आलेली माती, पाला पाचोळा, कचरा हा सगळा उडून जाई. स्वच्छ झालेला पाइप पुन्हा मूळ कार्यक्षमतेने काम करू लागे.

हे तत्त्व सगळ्यांना माहीत होते. कारंजी सगळ्यांनीच पाहिली होती. मात्र त्या वैज्ञानिक तत्त्वाचा असाही वापर करता येतो, हे अभ्यासणारे आणि त्याचा तसा वापर करणारे विश्वेश्वरय्या हे पहिलेच शास्त्रज्ञ होते. अशा अनेक गोष्टी त्यांनी पहिल्यांदाच घडविल्या.

दातर्तीच्या कामाच्या वेळी नदीला पूर आला. त्यामुळे त्यांना नदीपार नांदवन आणि दादर्ती या खेड्यांमध्ये तिथल्या सरपंचाच्या घरी चार दिवस मुक्काम करावा लागला. एका भिल्ल मिस्त्रीची मदत घेऊन लाकडी तराफ्यावरून त्यांना नदी पार करावी लागली.

मात्र हे दिवस त्यांनी सत्कारणी लावले. धुळे व नाशिक जिल्ह्यातली एकमेव अद्वितीय असलेली, शेतीला पाणी पुरविण्याची फड पद्धत त्यांनी समजावून घेतली.

'लोकांनी, लोकांची, लोकांसाठी राबविलेली स्वयंपूर्ण, स्वयंशासित आणि स्वयंनियंत्रित अशी जलव्यवस्थापनाची पद्धत म्हणजे फड पद्धत!'

खान्देशातील पांझरा, कान, बुराई, गिरणा, मोसम, आरम आणि शिवण या नद्यांवर ही पद्धत प्रचलित होती. दातर्ती हे अशा फड पद्धतीतले एक केंद्र! विश्वेश्वरय्यांनी ते पाण्याचे काम पाट बांधण्याऐवजी नदीच्या पात्राखालून पाइपलाइन टाकून पूर्ण केले. पुढे तीच पद्धत धुळ्याने पाणीपुरवठ्यासाठी वापरली.

कामाच्या योजनेतील मूळ कल्पनेतील आराखड्यात फेरबदल करीत असल्याची विनंतीवजा सूचना वरिष्ठांना दिली. आराखड्याचे सर्व नवे कागदपत्रं म्हणजे नकाशा, अंदाजपत्रके वगैरे त्यांच्यासमोर सादर केली.

त्यास परवानगी मागितली. ती मिळेपर्यंत वरिष्ठांच्या उदार दृष्टिकोनावर अवलंबून राहत कामाला सुरुवात केली.

धुळ्याचा त्यांचा मुक्काम अवघा १६ महिन्यांचा होता. तेवढ्या छोट्याशा कालावधीत त्यांनी १३० वर्षांपूर्वी जी कामे केली ती आजही वापरात आहेत. हा कामाचा दर्जा व योजनेतील टिकाऊपणा त्यांना सांभाळता आला.

वक्रनलिका किंवा सायफन पद्धतीचा शहराच्या पाणीपुरवठ्यासाठी आणि खेड्यातल्या शेतांच्या सिंचनाच्या पाटासाठी वापर करणारे ते पहिलेच! त्यांचे हे अभियांत्रिकी क्षेत्रातील बाल्यावस्थेतले पहिले पाऊल! तेही मोठे आश्वासक आणि क्रांतिकारी ठरणारे!

पुढे त्यांनी अनेक विक्रम केले. नवनवे मानदंड तयार केले. ते स्वतःच मोडून पुन्हा नवे आणि अधिक कठीण असेही मानदंड स्थापित केले. मात्र तरीही दातर्ती आणि धुळ्याचा पाणीपुरवठा, वितरणप्रणाली ही त्यांची पहिली कामे विसरणे शक्यच नाही.

या कामांनी त्यांना एक स्वानुभव दिला. एक आत्मविश्वास दिला. स्वतःच्याच आत दडलेल्या कर्तृत्वाला वाट मोकळी करून देण्याचे धाडस दिले. स्वतःच्याच विचारांना 'त्यांचे तांत्रिक स्वातंत्र्य सांभाळीत' नियमांच्या चौकटीत बसवून वापरण्याचे कौशल्य दिले. त्यासाठी चौकट पुरेशी लवचीक कशी करून घ्यायची हे निरीक्षण करून ते अंगी बाणवून घेण्याची ताकद दिली. त्यांनी आयुष्यात

जी मोठ मोठी कामे केली, त्याचे हे अत्यंत आत्मविश्वासाने रोवलेले पहिले पाऊल होते.

विश्वेश्वरय्या नोकरीला लागले. तेव्हा त्यांचा पगार वर्षाला १००० रुपये म्हणजे दरमहा सरासरी ८३ रुपये होता. शिवाय घोड्यासाठी वार्षिक २५० रुपये भत्ताही मिळत असे. त्याच काळात ब्रिटिश मुख्य अभियंत्याला वर्षाला वीस हजार रुपये मिळत असत. आणि इंजिनिअरिंग क्षेत्रातील बांधकामांवर कामे करणाऱ्या रोजंदारी मजुराला महिन्याला दोन रुपये एवढीच मजुरी मिळत असे.

सुमारे १४० वर्षांपूर्वीचे हे आकडे वाचताना आजच्या काळात आपल्यासारख्यांना मात्र ते पटत नाहीत. असेही पगार असू शकतात, हेही पटत नाही. मात्र आसपासची परिस्थिती किती झपाट्यानं बदलत जाते. याची कल्पना यावी म्हणून हे आकडे मुद्दाम दिले आहेत.

नोकरीला लागल्यावर अवघ्या नऊ वर्षांत विश्वेश्वरय्यांना कामात बढत्या मिळत गेल्या आणि त्यांना सक्करला पाठविण्यात आले. त्यावेळी शासनाने आपल्या विशेष भत्त्यासह त्यांना दरमहा ६५० रुपये पगार देऊ केला होता.

हे सगळे इथे मुद्दाम लिहिले आहे. एवढ्या पगारातून त्यांना हवे त्या पद्धतीने जगता आले. आयुष्यात ६ वेळा परदेशवारी करता आली. त्यातल्या २ वेळा ते जवळजवळ एकेक वर्ष तिकडे राहू शकले, हे होते त्यावेळेच्या रुपयाचे मूल्य!

+++

मुक्काम पोस्ट पुणे

धुळ्याची हवा त्यांना सोसवेना. मलेरियाचा भास होऊ लागला. शेवटी धुळ्याला १६ महिन्यांचा पहिला टप्पा पूर्ण केल्यावर त्यांनी पुण्याला बदली करून घेतली. पुण्याला अभियांत्रिकी क्षेत्रात तर ते कार्यरत होतेच, त्याचबरोबर पुण्यात राहणारे ज्येष्ठ समाजसेवक व राजकीय नेते यांच्याही संपर्कात होते. महाराष्ट्रात येऊन ५ वर्षं होत आली होती. मराठी भाषाही समजायला लागली होती. बी.ई. च्या शेवटच्या वर्षाला असताना गुरू प्रा.फडके यांनी सांगितले होते, "यशस्वी इंजिनिअर व्हायचे असेल, तर स्थानिक लोकांमध्ये मिसळा. त्यांच्याशी संवाद साधा. त्यांचे प्रश्न समजावून घ्या. मते जाणून घ्या. तरच खऱ्या अर्थाने यश मिळेल." पुण्यात परतताच त्यांनी मराठी उत्तमरीतीने बोलता आले पाहिजे, हा वसा घेतला. गुरुवर्य महर्षी धोंडो केशव कर्वे यांना गाठले. त्यांच्याकडून मराठीचे धडे गिरवायला सुरुवात केली. याच पद्धतीने पुढे आयुष्यात हिंदी, उर्दू आणि गरजेपुरती गुजरातीदेखील शिकले.

पुण्यात संचार करत असताना गुरुवर्य न्या. माधवराव रानडे, सहकारी व सामाजिक गुरू गोपाळ कृष्ण गोखले, राजकीय नेते लोकमान्य टिळक, काळकर्ते परांजपे, भालाकार भोपटकर आदी थोरामोठ्यांशी संपर्क आला. त्यातून त्यांना समाजाचे प्रश्न आणि त्यांचा विचार करण्याची एक दिशाही समजली.

डेक्कन क्लब

ही सगळी मंडळी मोठी! मात्र त्यांनी एकत्र यावे असा एखादा मंचही अस्तित्वातच नव्हता. विश्वेश्वरय्यांना वाटले असा 'क्लब' स्थापन केला तर? त्यांनी ही कल्पना न्या. रानडेंच्या समोर मांडली. त्यांनीही या कल्पनेला दुजोरा दिला.

त्यानुसार डेक्कन क्लबची स्थापना करण्याचे निश्चित झाले. ही गोष्ट आहे सन १८९१ मधली! सुमारे ५० जणांना निमंत्रण पाठवलेले होते. सभेच्या नियोजित वेळेपर्यंत अवघी पाच माणसे जमली होती. मात्र हळूहळू लोक येत गेले. २०-२५ सदस्य जमा झाले. त्यातून डेक्कन क्लबची स्थापना करण्याचा निर्णय घेण्यात आला. विश्वेश्वरय्या हे त्याचे सचिव बनले.

अशा रीतीने क्रीडा आणि त्याचबरोबर एकत्र येऊन विचारांची देवाणघेवाण करण्यासाठी एक माध्यम निर्माण झाले. सुरुवातीला हिराबाग मैदानाचा एक भाग असलेल्या ४ खोल्यांमध्ये क्लबची सुरुवात झाली. पुढे स्वतःची वास्तू निर्माण करून हा क्लब डेक्कन जिमखान्यावर स्थलांतरित झाला.

क्रीडा क्षेत्राला उत्तेजन देण्यासाठी तीन क्लब स्थापन केले.
त्यापैकी बंगलोर येथील सेंच्युरी क्लबची इमारत

ही क्लबची कल्पना विश्वेश्वरय्यांना इतकी आवडली की, बंगलोरला
गेल्यावर त्यांनी याचप्रकारे 'सेंच्युरी क्लबची' स्थापना केली. त्याचबरोबर
जवळच्याच एका जागेवर 'लेडीज क्लब'ही स्थापन केला. महिलांनी
बाहेर जाऊन एकत्रितपणे मिसळण्याची व सार्वजनिक दृष्टीने कार्यरत
होण्याची भारताची ही पहिली संस्था असावी.

अभियांत्रिकी क्षेत्रात आपल्या नोकरीच्या ठिकाणी चोख रीतीने नेमून दिलेले काम करतानाही आपल्या स्वतंत्र विचाराच्या आणि स्वयंभू प्रज्ञेच्या काही खुणा ते दाखवित होतेच. त्यांच्या क्षेत्रातील सर्वच वरिष्ठ एका अपेक्षेने त्यांच्याकडे पाहू लागले होते.

सक्करला रवानगी

आताच्या पाकिस्तानात - सिंध प्रांतात असलेले सक्कर शहर हे त्यावेळी मुंबई प्रांतात होते. मुळातच विदर्भ हा भाग मध्यप्रदेशात, तर मराठवाडा हा मोगलाईत किंवा हैदराबादच्या राजवटीत होता. विदर्भ व मराठवाडा सोडून उर्वरित महाराष्ट्र संपूर्ण गुजरात, संपूर्ण सिंध, उत्तर कर्नाटकाचे बेळगाव, निपाणी, कारवार, धारवाड इ. जिल्हे म्हणजे मुंबई राज्य! त्यामुळे सक्कर हे मुंबई राज्य पी.डब्ल्यू.डी.च्या कार्यक्षेत्रात होते.

सन १८९४ मधली गोष्ट! गेली २-३ वर्षे तिथे पिण्याच्या पाण्याचा प्रश्न निर्माण झाला होता. नळातून मोठ्या प्रमाणावर गढूळ पाणी येई आणि फेब्रुवारी अखेरपर्यंत पाणीच संपे. टंचाईला तोंड द्यावे लागे. २-३ ब्रिटिश ज्येष्ठ अभियंते तिथे जाऊन आले. त्यांनी अभ्यास करून काही मार्गही सुचविले. मात्र हे सगळे उपचार खूपच महागडे होते. गावाच्या म्युनिसिपालटीला परवडणारे नव्हते. शेवटी विश्वेश्वरय्यांसमोर हा प्रश्न मांडण्यात आला. त्यांनी दूरदेशी सक्करला जावे. यासाठी त्यांना जास्तीचा भत्ता म्हणून महिन्याला १०० रुपये देऊ केले.

विश्वेश्वरय्या तेथे गेले. सर्व परिसर त्यांनी तपासला. तपशीलवार अभ्यास केला. नदीच्या पात्रातले पाणी गाळून घेण्याची गरज होती. स्वतंत्र गाळणपात्र

बनविणे हा भाग फार खर्चीक होता. मात्र नदीच्या पात्रात भरपूर वाळू होती. या वाळूचाच गाळण्यासाठी वापर केला गेला तर? असा विचार विश्वेश्वरय्या करू लागले आणि मग त्यांनी एक मोठी विहीर खोदण्याचे योजिले. अर्धवट नदीच्या पात्रात तर अर्धवट काठावर! ही विहीर खोदायची आणि बांधून घ्यायची. अर्थात बांधताना त्यात पाणी झिरपून आत येऊ शकेल अशी छिद्रे ठेवायची. या छिद्रांना तांत्रिक भाषेत 'weep holes' किंवा पाझरणारी छिद्रे म्हणतात. त्यातून पुरेसे पाणी येईल की नाही, अशी शंका त्यांच्या मनात आली. मग त्यांनी नदीच्या मध्यबिंदूपासून ते विहिरीपर्यंत एक सच्छिद्र पाइपलाइन टाकण्याचे योजिले. ती पाइपलाइन चारही बाजूंनी पूर्णपणे वाळूने पांघरलेली राहील अशीही व्यवस्था केली. पुरेशा प्रमाणात स्वच्छ झालेले पाणी त्या विहिरीत जमा होऊ लागले. फेब्रुवारीनंतर जेव्हा पात्रात वर पाणी नसे, तेव्हा वाळूच्या खाली पाणी असे तेही मिळू लागले. अशाप्रकारे विश्वेश्वरय्यांच्या कल्पनेने सक्करच्या पाण्याचा प्रश्न संपला.

सक्कर महानगरपालिकेने खास ठराव पास करून विश्वेश्वरय्यांचे अभिनंदन केले. तसा ठराव मुंबई राज्य पी.डब्ल्यू.डी.कडे पाठविला. कार्यालयानेही विशेष प्रोत्साहनासाठी कौतुक करणारे पत्र लिहिले.

मात्र या सगळ्या घटनेकडे एका वेगळ्या दृष्टिकोनातून पाहावे लागते. नदीच्या पात्रात वरून बंद असलेली विहीर आणि सच्छिद्र पाइपलाइन जोडणी याला 'जॅकवेल' आणि 'परकोलेशन गॅलरी' असे नाव वापरले गेले. हा एक शिरपेच विश्वेश्वरय्यांच्या पटक्यात खोचला गेला.

वर्षभराच्या आसपास सक्करला राहून ते पुण्यात परत आले. मात्र त्यांना लगेचच सुरतला जावे लागले. तिथेही पाणीपुरवठ्याचा प्रश्न हा गंभीर प्रश्न बनला होता. विश्वेश्वरय्यांनी सक्करला वापरलेले जॅकवेल व परकोलेशन गॅलरीचे मॉडेल सुरतलाही वापरायचे ठरविले आणि सुरतच्या पिण्याच्या पाण्याचा प्रश्न सोडवून पुण्यात परतले.

पुनश्च मुक्काम पोस्ट पुणे

पुण्यातली पाणी समस्या विश्वेश्वरय्यांची वाटच पाहत होती. खडकवासला धरणाचे पाणी हे पाटाने पुण्यात येई. ते पाणी पिण्यासाठी वापरले जाई; तसेच शेतीसाठीही पाणीपुरवठा केला जाई. त्या काळात लोकसंख्या वाढली आणि पेयजलाची मागणी वाढली. अर्थात तरीही पुरेसे पाणी होते. हिशोबाने मोजून घेतले आणि वापरले तर ते पुरणारही होते. मात्र सर्व पाणी वापरणारे शेतकरी हे मातब्बर होते. त्यांना आपल्याला हवे तेव्हा आणि हवे तितके पाणी हवे होते, यावर कोणतेही बंधन नको होते.

विश्वेश्वरय्यांनी कडक नियम केला. पाणी मोजून द्यायला सुरुवात केली. त्याचबरोबर लोकांमधला असंतोष वाढला. केसरी, भाला, सुधारक सगळ्याच वृत्तपत्रांतून टीकेची झोड उठली.

खात्यातल्या ब्रिटिश अधिकाऱ्यांना या भारतीय इंजिनिअरचा उदोउदो आणि मोठेपणा सहन होत नव्हताच. त्यांनी ही आगीत जणू तेलच ओतले. समाजातील शेतकऱ्यांच्या असंतोषाचा प्रश्न ऐरणीवर आला.

विचारही बरोबर, प्रश्न योग्य आणि एमव्हींचे उत्तरही बरोबर! हा तिढा सुटायचा कसा? विश्वेश्वरय्यांनी थेट प्रश्नाला भिडायचे ठरवले.

फर्ग्युसन कॉलेजमधील सभा

शेतकऱ्यांचा असंतोष दूर करण्यासाठी ते सरळ जाऊन फर्ग्युसन कॉलेजच्या प्राचार्यांना भेटले. रँग्लर परांजपे हे तेव्हा प्राचार्य होते. त्यांना कॉलेजच्या ॲम्पी थिएटरमध्ये सभा भरविण्याची परवानगी मागितली. प्राचार्यांनी ती दिली; तसेच स्वतःही त्या सभेत येण्याचे मान्य केले. सभेला बांधकाम खात्याचे वरिष्ठ अधिकारी; तसेच जिल्ह्याचे कलेक्टरही येणार होते. विश्वेश्वरय्यांची फजिती पाहण्यासाठी प्रशासन सज्ज झाले होते. पत्रकारही तयारीनेच आले होते. विश्वेश्वरय्या भारतीय असतील मात्र ते ब्रिटिश सरकारचे अधिकारी होते. परक्याचे नोकर होते. त्यामुळे ते परकेच होते.

सभा सुरू झाली. एकच कोलाहल झाला. एकावेळी अनेक लोक बोलू लागले. आरडाओरडा करून आपल्याकडे लक्ष वेधून घेण्याचा प्रयत्न करू लागले. सभेच्या अध्यक्षस्थानी उपजिल्हाधिकारी होते. मात्र तेदेखील गप्पच बसले. शांतता प्रस्थापित करण्याचा त्यांनी जराही प्रयत्न केला नाही. सभा उधळली जावी अशा अवस्थेत आली. मात्र कुणीही हस्तक्षेप करून शांतता प्रस्थापित करावयाचा प्रयत्न करेनात. किंबहुना सभा उधळली गेली तर बरेच, असे त्यांना वाटत असावे.

शेवटी विश्वेश्वरय्या पुढे सरसावले. त्यांनी सभेची सूत्रे हातात घेतली. विठ्ठलाच्या नावाने एक जयघोष केला आणि सभा शांत झाली. ही शांतता तात्पुरती होती. मात्र तिचा फायदा घेत विश्वेश्वरय्या रेटून आपले म्हणणे पुढे मांडू लागले.

"तुमची पाण्याबद्दलची तक्रार आहे. ती मला मान्य आहे. खडकवासलाच्या धरणात जेवढे पाणी आहे तेवढे सगळे हिशोबाने आणि व्यवस्थित वापरले तर सगळ्यांना आज जेवढे पाणही मिळणे गरजेचे आहे, तेवढे मिळू शकेल. ज्या कुणाला हा हिशोब समजावून घ्यावयाचा असेल त्याला मी तो दाखवू शकतो. आम्ही पाण्याचे दर वाढविणार नाही, याची मी हमी देतो." त्याचबरोबर माझी तुम्हाला एक ऑफर आहे. खान्देशात तिथले शेतकरी बंधाऱ्यापासून पाणी स्वतः उचलतात, वाटतात, त्याचा हिशोब ठेवतात. उत्कृष्ट पीक घेतात. हे तुम्हीही करू शकता. सगळे मिळून एक गट स्थापना करा किंवा ५-७ जणांना हा अधिकार द्या. या पाणी वाटपात त्यांना ज्या अडचणी येतील त्यासाठी आम्ही त्यांना मदत करू. तुम्हाला पाणी कमी पडू देणार नाही. फक्त थोडे हिशोबाने वागावे लागेल. कोण पुढे येतेय ही जबाबदारी घ्यायला?"

एक जण दचकत दचकत उठला. म्हणाला, "हे काम आम्हाला जमणार नाही. आम्ही तुमच्यावर विश्वास ठेवायला तयार आहोत. ही जबाबदारी तुमची तुम्हीच सांभाळा. आम्ही तक्रार करणार नाही."

"होऽऽ हो!" सभेतून एकमुखाने होकार आला. "आम्ही तक्रार करणार नाही. तुमची पाणी वाटपाची पद्धत व पाण्याचे हिशोब आम्हाला मान्य आहेत." सभा उधळली गेली तर या भारतीय अभियंत्याचा चांगलाच अपमान होईल. त्याचा वरचढपणा सहन करावा लागणार नाही. या वृत्तीने सभास्थानी आलेले ब्रिटीश अधिकारी चांगलेच वरमले. विश्वेश्वरय्यांचे अभिनंदन न करताच. सभा विसर्जित होण्यापूर्वीच निघून गेले.

प्राचार्य रँग्लर परांजपेंनी तरुण अभियंत्याचे अभिनंदन केले. प्रश्नाला थेट भिडण्याच्या त्याच्या प्रवृत्तीचे कौतुक केले. केसरी हा पेपर कायम टीका करणारे लेख लिहीत होता. आज तर साहित्य सम्राट केसरीचे उपसंपादक न. चिं. केळकर हे स्वतः मुद्दाम या सभेला उपस्थित होते. त्यांनाही ही वृत्ती आवडली. त्यांनी विश्वेश्वरय्यांच्या कामाच्या पद्धतीवर आणि विचारसरणीवर कौतुकाचा वर्षाव केला. त्यानंतर अग्रलेखच लिहिला. या पद्धतीने उठलेले वादळ शांत झाले. यातून विश्वेश्वरय्या तीन गोष्टी शिकले व त्यांनी आयुष्यभरासाठी त्या लक्षात ठेवल्या.

१. प्रश्न सोडवायचा असेल तर सरळ प्रश्नाला सामोरे गेले पाहिजे. आजचा विषय उद्यावर टाकू नये.

२. ज्या व्यक्ती प्रश्नाशी संबंधित आहेत त्यांच्याशी सरळ संवाद साधला, तर प्रश्न सुटणे सोपे जाते.

३. सर्व अडचणी, कागदपत्रे, आकडेवारी, नियम या मोकळेपणाने मांडाव्यात. वरिष्ठांना काय वाटेल वगैरे पर्वा न करता सत्य आणि केवळ सत्याचाच आधार घ्यावा.

या तिन्ही गोष्टी पाळल्या तर प्रश्न उद्भवतच नाहीत आणि उभे राहिलेच तर त्यातून मार्ग काढणे सोपे जाते.

खडकवासला

फर्ग्युसनची मीटिंग झाली. असंतोष संपला. मात्र पाण्याचा प्रश्न कायमचा सुटला असे झाले नाही. वाढत्या पुणे शहराला जास्तीचे पाणी लागणार होते. त्याची व्यवस्था करणे भाग होते. सुदैवाने मुठा नदीत पाणी होते. पूर आला की, खडकवासल्याच्या भिंतीवरून सरासरी आठ फूट पाणी वाहत असे. हे पाणी अडविता येणे शक्य होते. अर्थात जास्तीचे पाणी अडवणे म्हणजे नवे धरण! खडकवासलाच्या वर सुमारे सहा मैल (१० कि.मी.) अंतरावर एक उपनदी मुठा नदीला मिळत होती. ती आणि मुठा दोघींवर दोन लहान धरणे बांधून त्याचे पाणी खडकवासल्यात आणावे ही योजना ब्रिटिश इंजिनिअर्सनी समोर मांडली.

मात्र विश्वेश्वरय्या यांच्या डोक्यात वेगळीच कल्पना होती. पाणशेत धरण जेथे आहे त्या जागेवर मोठे धरण बांधावे व त्याचे पाणी खडकवासलामार्फत नागरी भागात पाणीपुरवठा करण्यासाठी वापरावे हे त्यांनी १९०७ -०८ मध्येच लिहून ठेवले. ते किती दूरवरचा विचार करत असत, याचा हा पुरावा आहे. हे धरण पुढे ५० वर्षांनी तयार झाले आणि त्याचे काय काय झाले हे सगळ्यांनाच माहीत आहे.

खडकवासला धरण येथे ऑटोमॅटिक गेट्स तयार करून बसविले आणि त्याचे पेटंट मिळविले.

धरणासाठी ऑटोमॅटिक दरवाजांची निर्मिती व पेटंट

पुण्याचा पाणीप्रश्न सोडविण्यासाठी त्यांनी वेगळीच योजना मांडली. जर खडकवासलाच्या धरणाच्या भिंतीवर दरवाजे बसविले तर पायाची क्षमता न वाढविता तसेच नवे बांधकाम न करता जास्तीचे आठ फूट पाणी आडविता येईल. अशी कल्पना त्यांनी मांडली. हे दरवाजे स्वयंचलित असायला हवे होते. त्यासाठी त्यांनी आर्किमीडिजच्या तत्त्वावर चालणारे ८ फूट उंच आणि ४ फूट रुंद मापाचे भरीव वजनदार दरवाजे बनविले. मध्यभागी २ फूट टेकूच्या आधारे ते जागेवर उभे राहतील अशी व्यवस्था केली. त्यासाठी त्याला साखळदंड लावून उलट्या बाजूला म्हणजे धरण साठ्याच्या बाजूला हे वजन तोलून धरणारी वजने लावली. जेव्हा सर्वसामान्य स्थिती असे, तेव्हा ते दरवाजे 'बंद' वा नियोजित जागी असत. मात्र पूर आला व पाण्याची पातळी वाढू लागली की, ही तोलून धरणारी वजने पाण्यात बुडत. पाण्यात बुडाल्यामुळे त्यांचे वजन कमी होई. त्यामुळे दरवाजांवरील वजन तोलून धरणारा जोर कमी होई. दरवाजे वर उचलली जात आणि जास्तीचे आलेले पुराचे पाणी वाहून जाई. ते पाणी कमी झाले की हे काउंटर वेट पाण्याबाहेर येई, पुन्हा दरवाजे खाली सरकत. पाणी वाहणे बंद होई.

अशा प्रकारे ऑटोमॅटिक दरवाजे वापरणारा हा पहिलाच प्रयोग जगभरात केला गेला होता. हे दरवाजे मुंबईच्या 'जिओ गॅटसन आणि कंपनी' या युरोपियन कंपनीकडून बनवून घेतले होते. त्यामुळे त्या कंपनीने विश्वेश्वरय्यांचे नाव टाकून त्यासाठी जागतिक पेटंट मिळविले. १७ डिसेंबर १९०२ रोजी हे पेटंट मिळाले त्यामुळे विश्वेश्वरय्यांचे काम आणि नाव हे जागतिक पातळीवर जाऊन पोहोचले. हे दरवाजे १९६१ पर्यंत खडकवासला येथे कार्यरत होते.

खडकवासलानंतर भाटघर, राधानगरी, (कोल्हापूरचे नागरी पाणीपुरवठ्याचे धरण) कृष्णराजसागर (कावेरी नदीवरील म्हैसूरजवळचे धरण) आणि टिग्रा (ग्वाल्हेर जवळचे नागरी पाणीपुरवठ्याचे धरण) इत्यादी ठिकाणी त्यांना हे दरवाजे वापरता आले आणि अनेक दशके ते दरवाजे उत्तम पद्धतीने काम करीत राहिले.

ही ऑटोमॅटिक दरवाजे म्हणजे त्यांच्या अभियांत्रिकी कर्तृत्वापैकी मानाचा एक शिरपेच आहे. अशाप्रकारे अभियांत्रिकी क्षेत्रातल्या भारतीय व्यक्तीने मिळविलेले हे पहिले पेटंट होते.

ब्लॉक पद्धत

भारतातल्या शेतीतून मिळणारा महसूल कसा वाढविता येईल व त्यातून शेतीचे उत्पन्न कसे वाढविता येईल याकरिता भारत सरकारने १९०१ मध्ये 'इरिगेशन कमिशनची निवड व नेमणूक केली. सर एडविन स्कॉट, मॅन्सफिल्ड हे त्या कमिशनचे अध्यक्ष होते. समितीत 'सिंचन' या विषयातले तज्ज्ञ असे नऊ वरिष्ठ अधिकारी हे सदस्य होते. हे कमिशन पुण्याला भेट देणार म्हटल्यावर विश्वेश्वरय्यांनी एक प्रदीर्घ टिपण तयार केले आणि कमिशनकडे पाठवून दिले. त्यामुळे हे टिपण आणि योजना काय आहे, याची पूर्ण कल्पना सर्व सदस्यांना पुण्याला येण्यापूर्वीच आली होती. त्यांनी विश्वेश्वरय्यांना बोलावून घेतले. सुमारे दोन संपूर्ण दिवस त्यांच्याशी चर्चा केली. त्यांना ३५८ प्रश्न विचारले व त्यातून जे उपप्रश्न उद्भवले त्यांची संख्या ९६४ झाली. कमिशनच्या अध्यक्ष अधिक नऊ सदस्यांखेरीज इतरही ४५ तज्ज्ञ अधिकारी या चौकशीला उपस्थित होते.

विश्वेश्वरय्यांनी दुष्काळावर मात करण्यासाठी शेतकऱ्यांच्या उत्पन्नात वाढ आणि ही वाढ करतानाच, शासन जी गुंतवणूक करील त्यावर शासनाला पुरेसा आर्थिक मोबदला अशा दुहेरी पद्धतीने हा विषय मांडला.

त्याचबरोबर लाभक्षेत्रातील सर्व शेतकऱ्यांना या उपलब्ध पाण्याचा सिंचनासाठी वापर करता यावा आणि प्रत्येकाच्या शेताच्या क्षेत्रफळापैकी ३० टक्के शेतासाठी पाणी उपलब्ध करून देण्याची योजना सादर केली.

ही योजना सर्वांना समान न्याय देणारी होतीच शिवाय खान्देशातील फड पद्धतीत सर्वांची शेती एकत्रित गटात असावी, या मर्यादेवर मात करणारीही होती.

त्याचबरोबर निर्णय घेण्याच्या अधिकारांचे खालच्या स्तरावरील अधिकाऱ्यांपर्यंत पुनर्वाटप करण्याचा आग्रहदेखील त्यांनी धरला. या सर्व प्रश्नोत्तरांमधून 'पाणी' या क्षेत्रात एक नवा तारा उगवला आहे. असे चित्र जगासमोर उभे राहिले. कमिशनचा रिपोर्ट यायला १९०३ साल उजेडावे लागले. मात्र त्यापूर्वीच कमिशनने एक छोटीशी टिपणी तयार करून मुंबई सरकारला पाठवून दिली.

"मुबंई राज्यातील तरुण व कार्यक्षम अभियंता विश्वेश्वरय्या यांच्याकडून कमिशनला एक वैशिष्ट्यपूर्ण टिपण मिळाले. त्यांनी सुचविलेली ब्लॉक पद्धत आणि दीर्घ कराराने पाणी वाटपाचे हक्क हस्तांतरित करण्याची योजना ही परिपूर्ण आणि समूळ अभ्यास करून बनविलेली आहे, असे समितीचे मत आहे. त्यामुळे अहवाल प्रसिद्ध होण्यापूर्वीच ही योजना अमलात आणावी यासाठी या योजनेला तत्त्वतः मान्यता देऊन प्रत्यक्ष अंमलबजावणी सुरू करावी म्हणून आम्ही आपल्याकडे तिची शिफारस करून ती आपणाकडे सादर करीत आहोत."

पुणे जिल्ह्यातल्या नीरा नदीवरच्या डाव्या कालव्यावर ही पद्धत राबवावयाचे ठरले आणि विश्वेश्वरय्यांनाच कार्यकारी अभियंता म्हणून त्या कामाचे अधिकार दिले. सुरुवातीच्या कामात महसुली यंत्रणा, अभियांत्रिकी क्षेतातले कनिष्ठ अधिकारी तसेच शेतकरी इत्यादींनी त्यांना विरोध केला. मात्र विश्वेश्वरय्या आपल्या मतावर ठाम होते. अखेर ४ वर्षांच्या अविरत प्रयत्नानंतर १९०८ साली मुंबई राज्याच्या गॅझेटिअरने एक बातमी प्रसिद्ध केली.

"नीरा नदीवरील ब्लॉक सिस्टीम पूर्णपणे यशस्वी झाली असून त्यामुळे सिंचन क्षेत्रात मोठी वाढ झाली आहे. गुंतवणुकीच्या साडेतीन टक्के एवढा महसूल आताच जमा होऊ लागला आहे. पुढे हेच काम त्यांनी मुळा, कुकडी, गोदावरी आणि प्रवरा या नद्यांच्या पाणलोट क्षेत्रातही वाढविले. आयुष्याच्या उत्तरार्धात म्हैसूर राज्यात दिवाण झाल्यावर आणि कृष्णराजसागर धरण बांधून झाल्यावर त्यांनी ही ब्लॉक पद्धत सुमारे २५०० ठिकाणी वापरली.

हा एक नव्या योजनेचा, कल्पक, शास्त्रशुद्ध आणि व्यवस्थापनदृष्ट्या परिपूर्ण असा लोकहिताचा निर्णय होता. जगभरात असे काम करणारा विश्वेश्वरय्या हा पहिलाच अभियंता! त्यामुळेच 'He is a man who dammed the mansoon' हा एक असा माणूस आहे की, 'ज्याने पाऊस अडविला आणि कार्यक्षमपणे मानवी हितासाठी वापरला', असे जगात त्यांच्याबद्दल लिहून ठेवले आहे. 'He is a man who stored the mansoon.'

उज्ज्वल कारकीर्दीतील स्वल्पविराम

मध्यंतरीच्या काळात त्यांची सॅनिटरी इंजिनिअर म्हणून बदली झाली. त्यामुळे मुंबई प्रांत हे त्यांचे कार्यक्षेत्र बनले. त्यामुळे सिंधपासून ते कारवारपर्यंतचा प्रदेश त्यांची कार्यभूमी झाली. ही नेमणूक करताना मुंबईच्या पी.डब्ल्यू.डी.ने त्यांना एक खास पत्र लिहिले. त्यात लिहिले होते, "पी.डब्ल्यू.डी. विभागाला तुमचा अभिमान वाटतो."

ही नेमणूक होण्यापूर्वीच १८९० मध्ये त्यांनी धुळ्याच्या ड्रेनेज स्कीमचा आराखडा तयार केला होता. मात्र दुर्दैवाची गोष्ट अशी की, धुळे नगरपालिकेने ते कागदही सांभाळले नाहीत आणि कामही केले नाही. १८९० नंतर सव्वाशे वर्षे उलटली; परंतु अद्याप धुळ्याला खऱ्या अर्थाने ड्रेनेज स्कीम झालीच नाही.

याच कालावधीत त्यांनी धारवाड व विजापूर या दोन गावांसाठी पाणीपुरवठा योजना तयार करून दिली. याखेरीज काही चाकोरीबाहेरची कामेही त्यांना करावी लागली. मुंबई शहराच्या विकासासाठी त्यांनी एक ड्राफ्ट पेपर तयार करून विकासाची दिशा कशी असावी हे मांडले. त्यानुसार मुंबईत अनेक सुधारणा झाल्या. बरेच अडथळे आणि अनावश्यक वास्तू हटविण्यात आल्या.

बेळगाव शहरात वाहतुकीची कायम कोंडी होई. त्यांनी वाहतुकीचे नियम बनविणारे मॅन्युअल तयार केले. वाहतूक नियोजनाचा आणि त्यादृष्टीने नगरविकासाचा आराखडा तयार केला. शहराच्या विकासाची रचना करताना 'वाहतूक' हा मुद्दा केंद्रभागी ठेवून मगच इतर रचना करावयाची असते, ही मूलभूत दिशा निश्चित करून दिली.

पुणे शहराचा पाणीपुरवठा आणि ड्रेनेज हे तर त्यांचे मूलभूत काम! त्यांच्या १८८४ ते १९०८ या २५ वर्षांतल्या शासकीय नोकरीपैकी सुमारे २० वर्षे ते पुण्यातच होते. एकेक वर्ष एडन, सक्कर, सुरत आणि दीड वर्ष धुळे व दीड वर्ष मुंबई एवढाच काळ पुण्याबाहेर! त्यामुळे पुण्यावर त्यांचे खास प्रेमही होते. त्यांच्या काळात सामाजिक व राजकीय विचारांचे आणि हालचालींचे पुणे हे केंद्रच होते. एमव्हीचा सर्व गोष्टींशी खूप जवळचा संबंध होता. काही महिने चीफ इंजिनिअर म्हणूनही पदभार सांभाळला. मात्र त्यांच्यापेक्षा कमी अनुभव व लायकी असलेल्या युरोपियन (खरे तर ब्रिटिश व्यक्तीला) बढती मिळते विश्वेश्वरय्यांच्या कातडीचा रंग पाहून त्यांना मागे ठेवले जाते, हा आलेला अनुभवही त्यांना मनस्ताप देणाराच ठरला. दरम्यानच्या काळात एक वेगळीच जबाबदारी त्यांच्यावर येऊन आदळली.

एडन

मध्यपूर्वेतले एडन हे बंदराचे ठिकाण! ब्रिटिश मिलिटरीचे एक ठाणे! तिथे पाणी पुरवठा आणि ड्रेनेज दोन्हीच्या बाबतीत प्रश्न निर्माण झाले. ब्रिटिश अभियंत्यांनी प्रयत्न केले, मात्र त्यांनी जे उपाय सुचविले ते स्थानिक स्वराज्य संस्थेला परवडणारे नव्हते. त्या काळात एडनचे व्यवस्थापन मुंबईच्या ब्रिटिश अधिपत्याखाली होते. त्यामुळे १९०६ मध्ये विश्वेश्वरय्यांना एडनला जावे लागले. तेथे जातच आहात तर तिथल्या वाहतुकीच्या व्यवस्थापनाचेही बघा, असेही त्यांना सांगण्यात आले.

एडन मधला मृत्युदर हा प्रचंड मोठा होता. इंग्लडसारख्या प्रगत देशात तो हजारी १८ इतका होता. भारतात ३५-४० इतका होता तर एडनमध्ये तो

हजारी ४८ इतका जास्त होता. ओमानसारख्या ठिकाणी तो हजारी १२२ इतका मोठा आकडा गाठत होता. सरासरी तो अठ्ठावन्नचा आकडा गाठीत असे.

एवढ्या मोठ्या प्रमाणावर माणसे मरणे हा दुष्काळ व प्लेग यांचा परिणाम होता. यावर मात करावयाची असेल तर एकच मार्ग होता. तो म्हणजे बंद पाईपातून सांडपाणी व मैलापाणी याची वाहतूक करणे.

विश्वेश्वरय्यांनी आपल्या या प्राथमिक अहवालात नमूद केले की जर मृत्युदर कमी करावयाचा असेल तर एकमेव रामबाण उपाय म्हणजे बंद पाईपलाईनचा वापर हाच आहे.

एडन, नवाही आणि ओमान या तिन्ही जिल्ह्यात हे काम करावयाचे ठरले तर सुमारे साडेचार लाख रुपये खर्च येईल. हा पैसा कर्ज घेऊन उभा केला तर वार्षिक परतफेडीचा हप्ता केवळ ३०,००० रुपये इतकाच येईल. हा प्राथमिक हिशोब त्यांनी मांडला. नाममात्र व्याजदर आणि २० वर्षांची परतफेड असा हा हिशोब होता.

एडन आणि ओमान ही दोन्ही समुद्रकाठची बंदरे असून तेथील जमिनीचा उतार हा समुद्राकडे आहे. त्याचा फायदा घेऊन हे ड्रेनेजचे पाणी समुद्रात सोडून देता येईल, अशी योजना त्यांनी आखली.

ही गोष्ट शंभरपेक्षा जास्त वर्षे जुनी आहे. त्या काळात लोकसंख्या ही केवळ १/१० होती, तर पाण्याचा वापरही त्याच प्रमाणात कमी होता. त्यामुळे ड्रेनेज या पद्धतीने नष्ट करणे त्या काळात शक्य होते. आजची वाढती लोकसंख्या तसेच दरडोई पाण्याचा वाढता वापर यामुळे या पद्धतीवर ही बंधने आली आहेत. आता असे सांडपाणी समुद्रात सोडता येत नाही. तसा जागतिक पातळीवर कायदा झाला आहे.

विश्वेश्वरय्यांनी आपला दुसरा अहवाल तयार केला. त्यात त्यांनी
त्या शहराची पाण्याची गरज किती, आज उपलब्ध पाणी किती, त्या
पाण्याची गळती व नासधूस किती, पाण्याची गुणवत्ता व शुद्धता
यांची अवस्था काय याचा सविस्तर अभ्यास करून प्राथमिक अहवाल
सादर केला. पाणीपुरवठा वाढवायचा तर पाण्याचा स्रोत शोधला
पाहिजे हेही नमूद केले.

आजूबाजूच्या सर्व परिसराचा अभ्यास व निरीक्षण केल्यावर त्यांना असा
स्रोत एडनच्या जवळ म्हणजे सुमारे ४० मैल अंतरावर डोंगराळ भागात
सापडला. तो भाग डोंगराळ असल्याने पुरेसा उंच होता. तिथे लाहेज नावाची
नदी वाहत होती. डोंगराळ भागातील सर्व पाणी या लाहेज नदीतून वाहून
येई. मात्र ते समुद्रापर्यंत पोहोचत नसे. मध्येच वाळूत मुरून संपून जाई व
नदी अदृश्य होई. ही जागा एडनपासून सुमारे १८ मैल अंतरावर होती. तिथे
त्यांनी स्वतःच शोधून काढलेली आणि प्रचलित केलेली परकोलेशन गॅलरी
आणि जॅकवेल वापरायचे ठरविले. तिथून ते पाणी पंपाने डोंगरावर न्यायचे
आणि तिथल्या टाकीतून एडनला आणावयाचे अशी ती योजना होती.

फक्त या सर्व कामात कार्यरत असलेली तेथील आदिवासी मंडळी पाइपलाइन
कापून आणि तोडून टाकणार नाहीत एवढी काळजी घेणे गरजेचे होते तसेच
खर्च अवाजवी प्रमाणात वाढणार नाही, यावर डोळ्यात तेल घालून लक्ष
ठेवावे लागणार होते.

या दोन्ही बाबींचा स्पष्टपणे उल्लेख करून विश्वेश्वरय्यांनी कामाचे आराखडे,
मोजमापे तसेच अंदाजपत्रके तयार केली आणि तिथल्या मिलिटरी कॅम्पचे
प्रमुख मेजर जनरल ई. डी. ब्रेथ यांच्याकडे दाखल केली.

लाहेजच्या सुलतानाकडे त्या नदीचे पाणी वापरण्यासाठी परवानगी मागणारे
पत्र पाठविणे गरजेचे होते. तशा अर्थाचा एक पत्राचा नमुना तयार करून
मुंबईच्या गव्हर्नर जनरलकडे पाठविण्यासाठी मिलिटरी कॅम्पच्या प्रमुखांच्या
ताब्यात दिला.

या पाणीपुरवठा व ड्रेनेजचे जे काम त्यांनी केवळ एक वर्षात पूर्ण केले, त्याबद्दल गव्हर्नर जनरल मुंबई तसेच एडनचे मिलिटरी कॅम्पचे प्रमुख मेजर जनरल ब्रेथ आणि तिथले सुलतान यांनी त्यांचा खास गौरव केला आणि सुलतानाने तर त्यांना 'कैसर-ए हिंद' अशी पदवी जाहीर केली.

कोल्हापूर

१९०७ साली कोल्हापूरला जिथून पाणीपुरवठा होतो तो जलस्रोत धोक्यात आला होता. जर मोठा पूर आला तर तो वाहून जाईल अशी भीती त्यावेळी होती. एखादा अनुभवी ब्रिटिश इंजिनिअर आमच्याकडे पाठवून द्या म्हणून शाहू महाराजांनी ब्रिटिश शासनाला पत्र लिहिले. मात्र मुंबईच्या गव्हर्नर जनरलने तिथल्या पी.डब्ल्यू.डी. च्या सल्ल्यानुसार तिथे विश्वेश्वरय्यांना पाठवून दिले.

विश्वेश्वरय्यांनी सर्वेक्षण केले आणि मिळालेल्या माहितीच्या आधारे एक योजना तयार केली. तिथल्या स्थानिक इंजिनिअर्सकडे सुपूर्त केली. संस्थानच्या अधिकाऱ्यांनी विश्वेश्वरय्यांनी सांगितलेली सर्व कामे व सर्व दुरुस्त्या केल्या.

त्यावर्षी सरासरीच्या दीडपट पाऊस पडला. एक पाऊस तर खूपच मुसळधार आला. तरी कोणत्याही ठिकाणी बिघाड झाला नाही. योजना उत्तम पद्धतीने चालू लागली. धरण काठोकाठ भरले. महाराजांनी विश्वेश्वरय्यांचे खास आभार मानणारे पत्र तर लिहिलेच शिवाय विश्वेश्वरय्यांना एक स्वतंत्र खाजगी पत्र लिहिले.

मात्र १९३७ साली पुन्हा त्यांच्या साहाय्याची गरज पडली. कोल्हापूर शहर वाढले. पाण्याची मागणी वाढली. पाणी पुरेना. जो स्रोत होता त्यातून जास्त पाणी मिळणे शक्य नव्हते. त्यामुळे एक तर नवा स्रोत तयार करावा लागणार होता किंवा जो स्रोत होता त्याची क्षमता वाढवावी लागणार होती.

अशावेळी जवळच्याच सह्याद्रीच्या कुशीत छोटेसे राधानगरी धरण होते. ते 'योग्य' असल्याचे विश्वेश्वरय्यांना वाटले. तिथे खडकवासलाला वापरलेले ऑटोमॅटिक दरवाजे बसवावे अशी योजना त्यांनी आखली. पुरेशी काळजी घेऊन व अत्यंत बारकाईने सर्व कामांवर लक्ष ठेवून कामे कशी करून घ्यावयाची, याचे एक अत्यंत तपशीलवार टिपण त्यांनी तयार केले. एक चांगला आणि विश्वासातला ठेकेदार सुचविला आणि उत्तम पद्धतीने हे काम करून घेतले. त्यासाठी कोल्हापूरच्या महाराजांनी त्यांचा खास गौरव केला. अर्थात ही गोष्ट फार नंतरची झाली.

इतक्या यशस्वी कामानंतर, गव्हर्नर श्री. सिडनहॅम यांनी सर्व नगरपालिकांना आणि महानगरपालिकांना पत्र लिहून आपल्या पाणीपुरवठ्याच्या आणि ड्रेनेजच्या कामासाठी विश्वेश्वरय्यांचे सहकार्य मागावे अशी खास पत्राने माहिती कळवली व ते पत्र टाइम्स ऑफ इंडियात प्रसिद्ध केले.

त्यामुळे काम खूप वाढले. बुद्धी, कष्ट आणि सचोटी याबद्दल कुठेही तडजोड नव्हतीच. त्यामुळे दोन मोठ्या संस्थानांकडून मुख्य अभियंता म्हणून यावे असा होकारही आला. मात्र ते तिथे नोकरी करत होते तो विभाग काही त्यांना बढती द्यायला तयार नव्हता. कारण काय, तर अनुभव कमी! सुपरिंटेंडिंग इंजिनिअरच्या नोकरीला किमान १० वर्षे तरी व्हावी लागतात, ती झाली नव्हती.

शेवटी ती नोकरी, सोडायची असा त्यांच्या मनाने कौल दिला. अनेकांनी त्यांना 'पेन्शन मिळणार नाही' अशी भीतीही दाखविली होती. मात्र स्पेशल केस म्हणून त्यांचा राजीनामा मंजूर झाला. पेन्शनही मंजूर झाली. पुढील आयुष्यासाठी शुभेच्छा देणारा एक विशेष कार्यक्रमही झाला.

१८ जून, १९०८ रोजी मुंबई राज्य पी.डब्ल्यू.डी. मधील नोकरी हे एक मोठे पर्व संपले. गव्हर्नर सिडनहॅम यांनी खास पत्र पाठवून विश्वेश्वरय्यांचा गौरव केला. ते पत्र मुळातच वाचण्यासारखे आहे.

"Whatever you decide, I coordially wish you the success which, I am sure that your greatest abilities and unvaring industry will bring to the crowning carrier and hope that you will feel that your experience in the government service which upto the present time has been exceptionally fortunate."

(तुमच्या सरकारी नोकरीतील अनुभवावरून व कार्यकौशल्यावरून असे सांगता येईल की, तुम्ही पुढील आयुष्यात जे काय करायचे ठरवाल आणि कराल त्यात उत्तम यश मिळवू शकाल. त्यासाठी आणि तुमच्या भावी आयुष्यातील उज्ज्वल वाटचालीसाठी माझ्यातर्फे तुम्हाला खूप खूप शुभेच्छा! यशस्वी भव!)

उत्तरादाखल विश्वेश्वरय्या आपल्या भाषणात केवळ एकच शब्द बोलले - 'थँक्स!' एका उज्ज्वल कारकीर्दीतला एक महत्त्वाचा टप्पा इथे संपला. अर्थात हा केवळ स्वल्पविराम होता.

'आता पुढे काय' याचा निर्णय त्यांना घ्यायचा होता. मात्र त्यासाठी थोड्या मानसिक विश्रांतीची गरज होती. म्हणून त्यांनी ११ महिन्यांच्या कालावधीसाठी युरोप आणि अमेरिकेच्या दौऱ्यावर जाण्याचा निर्णय घेतला.

हा त्यांचा दुसरा परदेश दौरा होता. यापूर्वी त्यांनी जपान, रशिया, अमेरिका, युरोप असा दौरा १८९९ मध्ये केला होता. अशा दौऱ्यातून खूप काही पाहता येते, खूप काही शिकता येते. जगाकडे पाहण्याचा आपला दृष्टिकोन बदलतो, असे त्यांचे खास मत होते.

दुसऱ्या परदेश दौऱ्यासाठी विश्वेश्वरय्या निघाले. युरोप, अमेरिका, कॅनडा आणि रशिया असा हा दौरा ठरविला. १९ एप्रिल १९०९ ला भारतात परत येण्याचे निश्चित केले.

मात्र अशी १०-११ महिन्यांची सुट्टी घेऊन ते भारताबाहेर गेले म्हणजे त्यांना खरोखरच सुट्टी मिळणार होती का? सर्वसाधारण नियम असा आहे की, काम करणाऱ्या माणसाला शोधत शोधत काम त्याचा पाठलाग करते. ती व्यक्ती जिथे असेल तिथे जाऊन तिला गाठते. आपली व्यथा अशा रीतीने मांडते की, त्यांना काम करायला प्रवृत्त व्हावे लागते. आताही तसेच घडले.

कामाच्या कंटाळ्यावर मात करण्यासाठी पुन्हा काम समोर येऊन उभे ठाकले. आजकालच्या भाषेत अशा कामामागून काम करणाऱ्या व्यक्तीला 'वर्कहॉलिक' म्हणतात.

मात्र एम.व्हीं.च्या बाबतीत म्हणाल तर त्यांच्यासाठी तो शब्दही अपूर्ण होता. काम हे त्यांचे आरशातले रूप होते. किंबहुना काम आणि विश्वेश्वरय्या हे एकाच अर्थाचे दोन शब्द होते. ते जणू स्वतःच कामस्वरूप होते.

यावेळी हे काम हैदराबादच्या महापुराच्या रूपाने उभे राहिले.

हैदराबादमधील कामगिरी

हैदराबाद शहराच्या मध्यभागातून मुसी नदी वाहते. ही नदी शहरात शिरण्यापूर्वी तिच्यावर ७८८ बंधारे होते. तिचे तोपर्यंतचे पाणलोट क्षेत्र हे ८६० चौ.मैल होते. या नदीलाच इसी नदी मिळत असे. तशी तीही मोठी नदी! हैद्राबादपर्यंतचे तिचे पाणलोट क्षेत्र २८५ चौ.मैल होते. या नदीवरही तलाव निर्माण केलेले होते. त्यासाठी बंधारे बांधले होते.

महापुराचा हैदोस

२८ सप्टेंबर, १९०८ हा दिवस तसा विचित्रच उगवला. ढगफुटी व्हावी असा मुसळधार पाऊस या पाणलोटात सुरू झाला. २४ तासांत १२.६ इंच (१२.६ इंच मि.मी.) आणि ४८ तासांचा हिशोब तपासला तर १८.९० इंच (४७२.५ मि.मी) एवढा प्रचंड पाऊस! सर्वसाधारणपणे या नद्यांना पूर येऊन जेवढे पाणी येई त्याच्या चौपटीपेक्षाही जास्त हे पाणी होते.

पाण्याने एकेक बंधारा तोडायला सुरुवात केली. प्रथम पाळसकोटे बंधारा फुटला. ते पाणी व दगड वगैरे पर्नी बंधाऱ्यात आले आणि तोही फुटला. असा एकेक बंधारा फोडीत आणि त्यातले पाणी बरोबर घेत पाणी विध्वंसाच्या मोहिमेवर निघाले. आपल्या मार्गात जे जे येईल ते ते मोडीत-तोडीत निघाले.

रस्ते, घरे, भराव, पूल या कशाचीही पर्वा न करता सर्व सोबत वाहून नेत रोंरावत सुटले.

आधीच नदीचे पात्र दुधडी भरून वाहत होते. वरून मुसळधार पाऊस सुरू होता. त्यात धरणफुटीमुळे पाण्याची अधिकच भर पडली. सगळीकडे एकच आकांत माजला. मार्गात जे जे उभे होते ते ते मोडीत, तोडीत, आडवे पाडीत सर्वत्र विध्वंस करीत पाणी धावत होते. रात्री दोन वाजता पुराना पूल पाण्याखाली गेला. पहाटे तीनच्या सुमारास पश्चिम बाजूची संरक्षक भिंत कोसळली. सकाळी सहा वाजता अफजल पुलाच्या कमानी पाण्याखाली गेल्या. त्याचे भराव वाहून गेले. उस्मानिया जनरल हॉस्पिटलजवळ पाणी १० फूट उंचीपर्यंत चढले. नऊ वाजेच्या सुमारास शहरातले सर्व पूल बुडाले. इमलीबन पाण्यात गेले. दोन्ही तीरावर सुमारे पाऊण-पाऊण मैल पाणी पसरले. अकरा वाजेच्या सुमारास सर्वोच्च पातळी म्हणजे ३८-४० फूट इतके पाणी नदीपात्रात भरले. अनेक घरे कोसळली. त्याच्या गच्चीवर आश्रयासाठी गेलेले अनेक लोक पडले, बुडाले, मेले, वाहून गेले. ही मेलेल्या लोकांची संख्या ३ ते ५

हैदराबादच्या महापुराने झालेले नुकसान (१९०८).
अशा प्रकारच्या पुरापासून संरक्षणासाठी ईसी व मुसी नदीवर उस्मानसागर व इनायतसागर अशी दोन धरणे बांधण्यात आली.

हजार असावी असा अंदाज व्यक्त केला गेला. १६३१ नंतरचा हा सगळ्यात मोठा व भयानक महापूर होता.

विश्वेश्वरय्या हैदराबादेत रुजू

आता तीन कामे महत्त्वाची होती. पहिले काम म्हणजे महापुरामुळे शहराचे जे नुकसान झाले ते भरून काढणे व त्या भागाची नव्याने नगररचना करणे. दुसरे म्हणजे पुन्हा असा मोठा पाऊस आणि पूर आला तर शहराचे नुकसान होणार नाही या पद्धतीने नियोजन करणे आणि तिसरे महत्त्वाचे काम म्हणजे शहराच्या सांडपाण्याची पद्धत नव्याने रचणे; तसेच शहराच्या पाणीपुरवठ्याला नवे रूप देणे!

हे सर्व करू शकण्याची क्षमता असलेला एकच इंजिनिअर त्यांना माहीत होता विश्वेश्वरय्या! ज्यावेळी हा महापुराचा हैदोस घडला तेव्हा ते युरोप दौऱ्यावर इटलीत होते. त्यांच्याशी तिथे संपर्क साधण्यात आला. त्यांनी काम स्वीकारायला तीन अटी घातल्या. पहिली अट म्हणजे ते त्यांचा दौरा पूर्ण करून मगच येतील. दुसरी अट म्हणजे त्यांच्या कामात कुणीही विशेषतः कोणत्याही ब्रिटिश अभियंत्याने हस्तक्षेप करू नये आणि तिसरी म्हणजे हे काम करण्यासाठी त्यांना चीफ इंजिनिअरचा दर्जा आणि युरोपियन चीफ इंजिनिअर इतका पगार मिळावा.

तिन्ही अटी मान्य केल्यावर एप्रिलमध्ये विश्वेश्वरय्या हैदराबादला कामावर रुजू झाले. त्यांनी सर्व पूरग्रस्त भागाची पाहणी केली. किती वाजता कुठपर्यंत पुराचे पाणी चढले होते त्या खुणा तपासल्या. मोजमापे घेतली. त्यावरून नदीपात्रात किती पाणी आले याचा हिशोब लावला.

त्याचबरोबर १९०८ पूर्वी भारतात व श्रीलंकेत ज्या ज्या नद्यांना असे प्रचंड पूर आले, त्या त्या नद्यांच्या पाण्याचा येवा मोजला. मुसी नदीच्या पाण्याचा ३/४ इंच प्रति चौ.मैल हा येवा जगात सर्वांत जास्त होता. ईसी व मुसीवरचे २२१ तलाव फुटले. त्यातून २१०० द.ल.घ.फू. (दशलक्ष घनफूट) पाणी नदीपात्रात शिरले. पूर येऊन गेल्यावर सुमारे सहा महिन्यांनी केवळ

पाणी पातळीच्या खुणांवरून त्यांना पाण्याचे गणित मांडता आले. येवा तपासता आले. सामान्य अभियंत्यासाठीही हे एक आश्चर्यच!

लहान लहान बंधारे व तलाव पाणी अडवितात, साठवितात. पाण्याची गती कमी करू शकतात. मात्र ते जर फुटले तर कसा हाहाकार माजतो, ते या ज्वलंत उदाहरणावरून कळते. आजकाल नदीपात्रात एकाखाली एक साखळी बंधारे बांधायची पद्धत सर्वत्र सुरू झाली आहे. जर त्या बंधाऱ्यांची गुणवत्ता चांगली नसेल तर काय घडू शकते याचे हे एक उत्तम उदाहरण आहे.

आजकाल आवश्यक ती माहिती व आकडेवारी संगणकाच्या माध्यमातून मिळविता येते. मात्र विश्वेश्वरय्यांच्या काळात हे साधन उपलब्ध नव्हते. तसेच महापुराचा प्रसंग घडून सहा महिने होऊन गेले होते. अशावेळी त्यांचे काम किती कठीण आणि किती किचकट होते याची कल्पना येते.

प्रश्नांच्या मुळापर्यंत जाऊन त्याची उकल करणे म्हणजे खरे अभियांत्रिकी काम. विश्वेश्वरय्यांचे हे काम म्हणजे त्याचे आदर्श उदाहरण! कितीही मेहनत करावी लागो, कितीही कष्ट पडोत; पण कामाच्या अचूकतेशी व गुणवत्तेशी कोणतीही तडजोड न करणे म्हणजे विश्वेश्वरय्या, हेच त्यांच्या व्यक्तिमत्त्वाच्या महानतेचे गमक होते.

महापूर टाळण्यासाठी धरणे

कधीही पडणार नाही अशा स्वरूपाचा हा अक्राळविक्राळ पाऊस पडला होता. पुन्हा कधीतरी असाच पाऊस पडला तर ते पाणी शहरात शिरून हाहाकार माजू नये, म्हणून विश्वेश्वरय्यांनी हैदराबाद शहराच्या वरील बाजूला, ईसी आणि मुसी या दोन नद्यांवर दोन धरणे बांधायचे नियोजन केले. त्यांची साठवण क्षमता अनुक्रमे ८४३९ द.ल.घ.फू. (दशलक्ष घनफूट) आणि ११९५० द.ल.घ.फू. (दशलक्ष घनफूट) एवढी ठेवली. ही धरणे बांधून पूर्ण झाल्यावर त्यांना उस्मानसागर आणि हिमायतसागर ही नावे दिली गेली.

मात्र १९०९ साली ज्या दोन धरणांचे नियोजन केले त्यातले पहिले बांधकाम सुरू व्हायला साडेतीन वर्षे जावी लागली, तर मुसीवरचे धरण व्हायला १९३१ साल उजेडले. अशा रीतीने संकटावर मात करण्याची जी यंत्रणा उभारायची ती २३ वर्षे पूर्ण होऊ शकली नाही आणि या उदाहरणापासून आपण भारतीयांनी आजही काहीच बोध घेतला नाही. या धरणाचे बांधकाम करताना विश्वेश्वरय्यांनी विशेष काळजी घेतली. ही दोन धरणे बांधल्यावरही पूर आलाच तर ते पाणी गावात शिरू नये म्हणून नदीच्या दोन्ही काठांवर संरक्षण भिंती बांधाव्यात; तसेच त्याला लागून 'बांधकाम क्षेत्र' सोडावे, तेथे बागा, क्रीडांगणे, जॉगिंग पार्क वगैरे सौंदर्यस्थळे निर्माण करावीत अशीही योजना आखून दिली.

सन १९३१ मध्ये कामाच्या प्रगतीची काय स्थिती आहे हे पाहण्यासाठी पुन्हा एकदा विश्वेश्वरय्यांना बोलविले. आपल्या अहवालात ते म्हणतात, "शहर सुधारणेसाठी अद्याप बऱ्याच गोष्टी कराव्या लागणार आहेत. जेव्हा असा एखादा नगरसुधारणेचा प्रकल्प हाती घेतला जातो, तेव्हा स्वच्छ घरे, मैला वाहून नेतील असे फ्लशचे संडास, धूळरहित रस्ते, रस्त्याच्या दोन्ही बाजूला पादचारी मार्ग, बंदिस्त-गटारी, भरपूर मोकळ्या जागा, मैदाने, बागबगिचे या सर्वांचीच गरज असते. हे सर्व काम अत्यंत नियोजनबद्ध पद्धतीने करावे लागते."

'हैदराबादने या कामासाठी पुरेशी माणसे नेमली असती आणि आपल्या अंदाजपत्रकात पुरेशा निधीची व्यवस्था केली असती तर ही कामे फार पूर्वीच पूर्ण झाली असती. कामात जसजसा विलंब होत जातो, तसतसा त्याला लागणारा खर्च हा अतिशय वेगाने वाढत जातो. शहरात वाढणाऱ्या झोपडपट्ट्या हाही प्रश्न बिकट होत जातो व तो अत्यंत लक्षपूर्वक हाताळावा लागतो, अन्यथा तो गंभीर स्वरूप धारण करतो. शहर गलिच्छ बनवितो. त्यातून रस्ते, सांडपाणी,

पिण्याचे पाणी, वीज या सगळ्याच गोष्टींवर प्रचंड मोठा ताण निर्माण होतो...!"

ही १९३१ साली लिहिलेली टिपणी आजही जवळजवळ संपूर्ण देशभर जशीच्या तशी लागू आहे. बहुधा एकच गोष्ट बदलली आहे. सर्वच प्रश्नांची तीव्रता तेवढी वाढली आहे. ही सर्व अपूर्ण कामे पुढेही अनेक वर्षे सुरूच राहिली. १९४७ नंतर त्यावेळचे दिवाण मिर्झा इस्माईल यांनी लक्ष घालून ती पूर्ण करून घेतली.

हैदराबाद शहराचे ड्रेनेजचे कामही असेच रखडत रखडत पुढे सरकत राहिले. नदीच्या दोन्ही तीरांवर दोन वेगवेगळे प्रकिया यंत्र बसविण्याची त्यांची कल्पना मात्र सुदैवाने तशीच राबविली गेली. विश्वेश्वरय्यांच्या विचारांची झेप दिसून येते ती इथे आणि अशी.

रचनात्मक कार्याचा शुभारंभ

हैदराबादचे काम संपण्यापूर्वीच त्यांना म्हैसूरहून बोलावणे आले. 'मुख्य अभियंता म्हणून या' त्यांनी लिहिले होते. "आपले ज्ञान आणि अनुभव याचा इथे सिंचन सुविधा वाढवायला खूप उपयोग होईल."

विश्वेश्वरय्यांच्या मनात मात्र वेगळेच होते. त्यांनी उत्तर पाठविले, "आपल्या राज्यात मोठे उद्योगधंदे यावेत यासाठी आपल्या काही योजना आहेत का? ते मला जाणून घ्यावयाचे आहे. मला कुणी सांगितले की रस्ते, पाणी, वीज, सांडपाणी इत्यादी पायाभूत सुविधा आणि सिंचन यापैकी एकच राबविता येईल, तर मी सांगेन मला रस्ते द्या. रेल्वे द्या. वीज द्या अन् पाणी द्या. शक्य झाल्यास विमानसेवा द्या. त्यातून उद्योग उभे राहतील. त्यासाठी लागणारे कुशल मनुष्यबळ हे शिक्षणातून अन् तंत्रशिक्षणातून उभे राहील. मला या प्रकारच्या कामात रस आहे. माझी शक्ती मला त्या कामांसाठी वापरायची आहे."

त्यांची ही कल्पना महाराजसाहेब म्हैसूर कृष्णराज वडियार यांनी मान्य केली आणि १९०९ या वर्षांच्या शेवटास विश्वेश्वरय्या म्हैसूरला मुख्य अभियंता म्हणून दाखल झाले.

म्हैसूर

म्हैसूरला आले तेव्हा त्यांच्यासमोर कामांचा पहाड उभा होता. त्यासाठी कामे करायला गुणवत्ताधारक सहकाऱ्याची गरज होती. गुणवत्तेच्या आधारावर माणसे निवडणे हीदेखील एक सर्कस करावीच लागली. अनेकांची नाराजी पत्करावी लागली. शिफारशी नाकारव्या लागल्या. *'दरबारी परंपरा मोडणारा चीफ इंजिनिअर'* ही पदवी स्वीकारावी लागली. त्यांनी पहिला भर दिला तो पायाभूत सुविधा वाढविणे आणि त्यांची गुणवत्ता सुधारणे यावर!

रेल्वेच्या वाढीसाठी त्यांनी खास प्रयत्न केले. म्हैसूर राज्यात १२ रेल्वेमार्गांसाठी परवानगी मागितली. काम संस्थानाच्या हद्दीत, पैसा संस्थानाचा! मात्र सगळा कारभार ब्रिटिश प्रशासनाचा, असा हा कारभार होता. ते अधिकार संस्थानाला मिळावेत म्हणून बराच आग्रही प्रयत्न करावा लागला. शेवटी तसे ते मिळालेच. त्यामुळे म्हैसूरबरोबरच इतर संस्थानांचाही आपोआपच फायदा झाला.

पायाभूत सुविधांमध्ये म्हैसूर राज्यात रेल्वेमार्गाची लांबी २.५० पट केली.

यापैकी तीन मार्गांना ब्रिटिशांनी परवानगी दिली. मात्र संस्थानाकडे केवळ दोनच मार्ग बांधता येतील इतकेच पैसे अंदाजपत्रकात शिल्लक होते. तसे विश्वेश्वरय्यांनी आपल्या अहवालात मांडले. मात्र रेल्वेबद्दल लोकांमध्ये प्रचंड उत्साह होता. त्यामुळे गावागावातल्या ग्रामपंचायतींनी ठराव केले आणि रेल्वेसाठी करांवर सरचार्ज बसवावा. तो द्यायला आम्ही तयार आहोत, अशीही मागणी केली. या करारातून संस्थानाला दरवर्षी १५ लाख रुपये मिळू लागले. त्यातून रेल्वे मार्ग उभारणीला गती आली.

आज सरकार कोणता कर कधी माफ करते याकडे नजर ठेवून वावरणाऱ्या लोकांच्या मानसिकतेच्या काळात, विकासासाठी आम्ही कर द्यायला तयार आहोत, आमच्यावर कर लादा असे लोकआंदोलन उभे राहणे हा एक वेगळाच उच्चांक त्यांच्या काळात घडला. ही मानसिकता लोकांच्या मनात उभी राहावी. यामध्ये सगळ्यात मोठा वाटा विश्वेश्वरय्या यांचाच होता.

म्हैसूर हे जवळजवळ चारही बाजूंनी इतर राज्यांनी वेढलेले संस्थान! त्याचा एक कोपरा अरबी समुद्राच्या किनाऱ्यावर होता. तिथे भटकल बंदर ही विकसित करता येण्याजोगी सुविधा होती. त्याचे नियोजन करून विकास करावा अशी विश्वेश्वरय्यांची योजना होती. मात्र प्रचंड जनरेटा व दरबारी विरोध यामुळे त्यांना ती मागे ठेवावी लागली.

त्यांनतर काही वर्षांतच या योजनेला ब्रिटिशांनी एक उत्तम योजना म्हणून मान्यता दिली व बंदर विकसित झाले. ही विश्वेश्वरय्यांची दूरदृष्टी पुन्हा एकदा दिसली.

पेयजल हा एक लक्षपूर्वक सोडविण्याचा महत्त्वाचा प्रश्न! त्यासाठी त्यांनी एक स्वतंत्र खाते तयार केले. बोअरिंग करणारी मशिनरी विकत घेतली. तरुण इंजिनिअर्स कामावर घेतले. प्रत्येक गावाला स्वतःचा स्वतंत्र पाणीपुरवठ्याचा स्रोत असावा, याची रचना सुरू

केली. या कामावरही टीका झालीच. जणू *"तुम्ही जेव्हा एखादे काम करू लागता व त्यात तुम्हाला यश मिळू लागते तेव्हा लोक तुमच्यावर टीका करू लागतात. तरीही तुम्ही काम सुरूच ठेवले तर तुमच्याकडे दुर्लक्ष करायला सुरुवात करतात. त्यानेही तुम्ही विचलित झाला नाहीत तर तुम्हाला देवतुल्य मोठेपणा देऊन एखादा हार घालतात, तुम्ही काय बुवा फारच मोठे... म्हणून संपर्क मोडून मोकळे होतात."* ही सर्वसामान्य माणसाची प्रवृत्ती त्यांच्या काळातही तशीच होती.

रस्ते

आपल्या राज्यातले रस्ते चांगले आणि गुणवत्तापूर्ण असावे, ते पुरेसे रुंद असावेत आणि मुख्यत्वे या सगळ्या मुख्य रस्त्यांना आजूबाजूची गावेही जोडली जावीत, लोकांना बाराही महिने सतत ये-जा करणे सोपे जावे यासाठी रस्ते-तसेच पूल यांचीही गरज असते. विश्वेश्वरय्यांनी यावर देखील मोठा भर दिला.

विश्वेश्वरय्यांचे मुख्य अभियंता आणि दिवाण या आठ वर्षांच्या काळात संस्थानातील रस्त्यांची लांबी दीडपटीपेक्षाही जास्त झाली. हे त्यांचे मोठे यश होते. सांडपाण्याचा निचरा आणि ड्रेनेज या सोयी रस्त्यांच्या बरोबरच विकसित व्हाव्यात यासाठी त्यांचा खास कटाक्ष होता.

अशा रीतीने सर्व पायाभूत सुविधांचा विकास करीत असताना वीज हा विषय सुटणे शक्यच नव्हते. सर्वांत सुरक्षित व स्वस्त अशी जलविद्युत निर्मिती यावर त्यांनी खरा भर दिला, अर्थात हे नंतरच्या भागात येईलच.

मात्र या सगळ्यांचे रूपांतर *उद्योगधंदे येणे, रोजगार निर्माण होणे, त्यातून ग्रामीण भागात पैसा मिळू लागणे, लोकांचा आर्थिक स्तर सुधारणे व राहणीमान उंचावणे* या सगळ्यात कसे होईल यावर त्यांचा खरा भर होता. अशा उद्योगांसाठी वीज आवश्यक असते हे त्यांना माहीत होते. पाश्चात्त्य जगात या वीजनिर्मितीवर किती लक्ष दिले जाते, याचा त्यांनी बारीक अभ्यास केला होता

त्यातूनच उभे राहिले ते शिवसमुद्रम् जलविद्युत प्रकल्प, पुढे भद्रा धरण अन् वीजप्रकल्प, जोग धबधब्यावरील जलविद्युत प्रकल्प तसेच कृष्णराजसागर.

महात्मा गांधी म्हणतात, "विश्वेश्वरय्यांनी केवळ कृष्णराजसागर बांधले असते आणि इतर काहीही केले नसते तरीही त्यांचे नाव जगात अजरामर झाले असते." तर पंडित नेहरू म्हणतात, "विश्वेश्वरय्यांना एक सुंदर स्वप्न पडले ते म्हणजे कृष्णराजसागर! तर स्वतः विश्वेश्वरय्या हे भारतमातेला पडलेले एक सुंदर स्वप्नच होते."

कृष्णराजसागर धरण

म्हैसूर शहर हे कावेरी नदीजवळ वसले आहे. कावेरी ही दक्षिण भारतातली मुख्य नदी आहे. ती म्हैसूर राज्यात (म्हणजे आजच्या कर्नाटकात) उगम पावून तामिळनाडूमध्ये (म्हणजे पूर्वीच्या मद्रास प्रांतात) समुद्रला जाऊन मिळणारी. या नदीचे पाणी या दोन्ही राज्यांनी कसे वाटून घ्यायचे, यावर ४००-५०० वर्षांपासूनचा जुना वाद होता. तो विश्वेश्वरय्या मुख्य अभियंता आणि दिवाण होईपर्यंत सुटलाच नव्हता. अजूनही तो तसाच आहे.

म्हैसूर येथील कावेरी नदीवरील कृष्णराजसागर हे धरण
बांधले जात असतानाचे दुर्मीळ छायाचित्र

कोलार जिल्ह्यात सोने काढण्याच्या खाणी होत्या. त्या कामासाठी लागणारी वीज ही शिवसमुद्रम् येथील धबधब्यावर जनित्र बसवून निर्माण केली जात असे. त्या खाणकामासाठी ११०० अश्वशक्तीची वीज लागे व ती निर्माण व्हावी म्हणून १०० घनफूट प्रति सेकंद या वेगाने पाणी पुरवावे लागे. हा स्थिर पाणीपुरवठा कायमस्वरूपी सुरू व्हावा म्हणून त्यांनी धबधब्यावरच्या धरणाची उंची वाढविणे, त्याचे मजबुतीकरण करणे वगैरे कामे तातडीने आखली आणि करवून घेतली. विद्युतनिर्मितीची क्षमता १३०० अश्वशक्ती इतकी स्थिरावली.

मात्र लगेचच कोलार गोल्ड माइन्स कंपनीने आपली क्षमता वाढविण्याचे ठरविले आणि म्हैसूर राज्याकडे अधिक विजेची मागणी केली. त्यांना ठराविक तारखेपर्यंत वीजपुरवठा सुरू व्हायला हवा होता. त्यासाठी जास्त दराने पैसे घ्यायचीही त्यांची तयारी होती.

अशी वीज तयार करायची तर पुरेसा पाणीसाठा हवा. सुदैवाने म्हैसूरजवळच कन्नमवाडी येथे अशी जागा उपलब्ध होती. तिथे १२६ उंचीचे मोठे दगडी धरण बांधणे शक्य होते. त्यामुळे ४८,००० द.ल.घ.फू (दशलक्ष घनफूट) पाणीसाठा तयार झाला असता त्यातूनच ८०,००० अश्वशक्ती वीज निर्माण होऊ शकली असती. त्यातील १०,००० अश्वशक्ती वीज कोलारला लागणार होती.

या धरणाची लांबी ८६०० फूट होती तर पायाची रुंदी १३० फूट होती. पायापासूनची एकूण उंची १४० फूट होती. पायातील बांधकाम १२१ फूट रुंद होते. पाण्याचे फुगवटा क्षेत्र २,२०,००० द.ल.घ.फू. (दशलक्ष घनफूट) होते. त्यावेळचे भारतातले ते सर्वांत मोठे दगडी धरण असणार होते.

हे धरण तयार व्हायला उशीर लागला तर वेगळा पर्याय म्हणून शिवसमुद्रमजवळच एक छोटे धरण बांधून जलसाठा निर्माण करणे आणि तिथून शिमसा येथे १०,००० अश्वशक्ती जास्त वीज निर्माण करण्यासाठी वेगळी सोयदेखील तयार केली.

वरील धरणासाठी म्हैसूरला अंदाजे २.४३ कोटी रुपये (सन १९११ साली) खर्च लागणार होता. मद्रासच्या ब्रिटिश राजवटीने तो प्रकल्प दाबून टाकायचा व परवानगी नाकारायचा निर्णय घेतला. शेवटी दिल्लीला अपील करावे लागले. तिथे विश्वेश्वरय्या यांनीच म्हैसूरची बाजू मांडली.

दिल्लीला प्रकल्प पसंत पडला. मात्र मद्रासच्या दडपणाखाली त्यांनी १४० फूट उंचीऐवजी पहिला टप्पा म्हणून केवळ ७० इंच उंचीलाच परवानगी दिली

त्या धरणाच्या जागेपासून सुमारे ६० मैल अंतरावर खाली मित्तूर येथे (मद्रास राज्य) एक मोठे धरण बांधण्याची मद्रास सरकारची योजना होती. तिथे पाणी कमी पडेल अशी भीती त्यांना वाटत होती. ते मानणे चुकीचे आहे. हे विश्वेश्वरय्यांनी संपूर्ण आकडेवारीने सिद्ध करून दाखविले. अर्ध्यापेक्षा अधिक कावेरी म्हैसूरमधून वाहते. त्यामुळे त्या पाण्यावर म्हैसूरचा हक्क असल्याचा दावा सादर केला. मात्र परवानगी ७० फुटांवरच अडकली.

उंची निम्मी झाल्यामुळे निम्माच पाया घेतला जाणार व पुढच्या बांधकामासाठी उंची वाढवायची तर पायाच नसल्याने काम करणे कठीण होईल हा ब्रिटिशांचा तोरा होता. मात्र विश्वेश्वरय्यांच्या स्वतःच्या बुद्धिमत्तेवर व निर्णयक्षमतेवर विश्वास होता. त्यांनी पूर्ण धरण बांधण्याच्या दृष्टीने आवश्यक तेवढा सगळा पाया घेतला. मूळ योजनेप्रमाणे १११ फूट रुंद बांधकामानुसार पाया घेऊन धरण बांधायला सुरुवात केली.

त्या काळात यंत्रसामग्री वगैरे मोठ्या प्रमाणात उपलब्ध नव्हती. मनुष्य शक्तीचाच वापर मोठ्या प्रमाणावर करावा लागे. १ जुलै, १९१५ पर्यंत कोलार कंपनीला वीज द्यायची होती. त्यानुसार अतिशय वेगाने काम सुरू केले होते. तेच एक नैसर्गिक संकट उद्‌भवले, प्रचंड मोठा पाऊस आला. नदीला महापूर आला. बांधकामसाहित्य वाहून गेले. धरणाच्या दोन्ही बाजूला जमीन भाग फुटेल आणि पाणी सारे वाहून जाईल अशी भीती निर्माण झाली. कोलार कंपनीपासून ते म्हैसूरच्या महाराजांपर्यंत सर्वजण काम थांबवावे

या मताचे होते. फक्त विश्वेश्वरय्या यासाठी तयार नव्हते. त्यांनी २४ तास काम सुरू ठेवले. आजूबाजूच्या परिसरातून ६००० मजूर कामावर घेतले. २००० गॅसबत्त्या मागविल्या. तट मजबुतीकरणाचे काम सुरू केले. आठ दिवस इतकी माणसे अहोरात्र काम करीत होती. त्यावेळी विश्वेश्वरय्या दिवाण होते. दिवसभर दरबार चालवावा लागे. दर तासाला ते या कामाचा आढावा घेत. संध्याकाळी दरबार सुटताच धरणाच्या कामावर जाऊन बसत. सर्व काम करणाऱ्या कामगारांना खाण्यापिण्याची व्यवस्था करून देत.

अशारीतीने केलेल्या अथक प्रयत्नांपुढे निसर्ग थकला. पाण्याचा जोर कमी झाला. त्याने धरणाची भिंत उलथवून टाकण्याचा केलेला प्रयत्न वाया गेला. धरणाचे पाणी कुठूनही फुटले नाही की वाहून गेले नाही.

ठरल्याप्रमाणे १ जुलैला कोलार कंपनीला वीज देता आली. कंपनीने आणि महाराजांनी दरबारात विश्वेश्वरय्यांचे खास कौतुक केले. ते उत्तरादाखल म्हणाले, 'थँक्स.' जुलै १९१५ पर्यंतच सत्तर फूट उंचीपर्यंत धरण पूर्ण झाले. त्यानंतर सुरू होती ती कागदावरची कायदेशीर लढाई! या सगळ्या गोष्टी आज दंतकथा वाटाव्यात, अशा पद्धतीने लोकमानसात शिल्लक आहेत.

हा सगळा कालखंड म्हणजे विपरीत स्थितीशी एक लढाई होती. सर्वसामान्य माणूस असता तर तो खचला असता, वाकला असता, परिस्थितीला शरण गेला असता किंवा त्याने आत्महत्या केली असती. मात्र विश्वेश्वरय्या वेगळ्याच गटातले होते.

ते अशा विरोधाच्या कोलाहलातही शांत राहिले. झुंज देत राहिले. वादळाला धीरोदात्तपणे तोंड देत राहिले. ना झुकले ना पाठ फिरविली. सगळे वादळ समर्थपणे छातीवर झेलले. काळावर मात करीत टिकून राहिले. अग्निकुंडाचे चटके सोसले; पण वाट सोडली नाही. नवा इतिहास निर्माण केला.

हा सर्व कायदेशीर लढा लढता यावा यासाठी कावेरीच्या पाण्याचा वापर कसा करावा हे ठरविणारी सल्लागार समिती महाराजांनी नेमली आणि त्याचे अध्यक्षपद विश्वेश्वरय्यांकडे सोपविले. त्यामुळे धरण पूर्ण होईपर्यंत त्यांचा आणि कामाचा संपर्क कायम राहिला. शेवटी १९३१ मध्ये धरण बांधून पूर्ण झाले. कालवे बांधणे अद्याप बाकीच होते; त्याचे अंदाजपत्रक पुन्हा तयार करावे लागले. एक कालवा २४.५ मैल लांबीचा होता. त्यासाठी १.८५ मैल लांबीचा एक बोगदा तयार करावा लागला. दुसरा कालवा साठ मैल लांबीचा होता. महाराज कृष्णराज वडियार यांनी त्या कालव्याला विश्वेश्वरय्या कालवा असे नाव दिले.

अशारीतीने धरणाची आखणी व नियोजन यापासून ते धरण बांधून पूर्ण करणे व त्याचे कालवे तसेच वीजनिर्मिती या सर्व कामांवर नियंत्रण असणारे विश्वेश्वरय्या हे जगातले एकमेव इंजिनिअर होते.

असे कालवे काढल्यावर विश्वेश्वरय्यांनी आणखी एक अभिनव योजना आखली. सुमारे दीड लाख एकर जमीन ओलिताखाली आणण्यासाठी आता पाणी उपलब्ध होते. मात्र प्रत्येक शेतापर्यंत पाणी पोहोचविणारे कालवे काढणे शक्य नव्हते.

अशावेळी प्रत्येक गावात जे छोटे छोटे तलाव होते, तिथून शेतापर्यंत पाणी नेण्याची स्थानिक व्यवस्था होतीच. जिथे नव्हती तिथे नवे बांध म्हणजे अनिकट बांधले. कावेरीच्या पाण्याने हे तलाव भरून घ्यायचे व तिथून जुन्या पारंपरिक मार्गाने पाण्याचे वाटप करायचे ही पद्धत वापरली.

जुन्या तलावांचा किंवा बंधाऱ्यांचा असा संयुक्त पद्धतीने वापर करणे ही नवी पद्धत त्यांनी अमलात आणली. त्याचबरोबर केवळ सिंचनासाठी धरण न बांधता वीजनिर्मिती आणि सिंचन असा संयुक्त उद्देश ठेवून ते बांधले तर आर्थिकदृष्ट्या ते अधिक लाभदायक ठरते, हा नवा मंत्र घालून दिला. प्रकल्प आखतानाच ३ टक्के परतावा हा किमान मानदंड रुजविण्याचा प्रयत्न केला.

कृष्णराजसागर हा कावेरी नदीवरचा प्रकल्प म्हणजे अमेरिकेतील *टेनिसी व्हॅली* प्रकल्पाची छोटी आवृत्ती म्हणायला हरकत नाही. हा प्रकल्प भारतात, एका भारतीय अभियंत्याने राबविला व पूर्णत्वाला नेला, ही अत्यंत अभिमानाची गोष्ट आहे. ते अभियंता म्हणजे विश्वेश्वरय्या!

✦ ✦ ✦

म्हैसूर राज्याचे दिवाणपद

या अभियांत्रिकी क्षेत्रातील विविध कामगिऱ्या नोंदविल्यावर त्यापेक्षाही भव्य आणि उत्कट कामे त्यांनी घडविली त्याकडे वळले पाहिजे.

विश्वेश्वरय्या म्हणजे १) उत्कृष्ट अभियंता २) उत्तम प्रशासक ३) शिक्षणतज्ज्ञ ४) क्रीडाप्रेमी ५) अर्थतज्ज्ञ ६) उद्योगपती ७) लेखक आणि ८) देशहितार्थ झगडणारे एक द्रष्टे महापुरुष या आठ अंगांनी त्यांच्याकडे पाहावे लागते.

त्यापैकी पहिल्या अंगाची बऱ्यापैकी माहिती मागील प्रकरणात जाणून घेतली. आता इतर अंगांकडे वळूया. मात्र त्याबद्दल माहिती होण्यापूर्वी दोन बाबी मुद्दाम नोंदवून ठेवणार आहे.

१) विश्वेश्वरय्या यांच्या या सगळ्या कामामागे एकच उद्दिष्ट होते. एकच दृष्टिकोन होता. तो म्हणजे, 'सामान्य माणसाचे भले करणे.'

२) हे करताना कुठेही माझा स्वतंत्र भारत देश असा उल्लेखही न करता लेखी अथवा तोंडी माध्यमांचा वापर करतानाही त्यांनी जी काही कामे केली ती सर्व स्वतंत्र आणि समर्थ अशा उद्याच्या भारताबद्दल होती.

रम्य आणि भव्य अशा भूतकाळात रमणे त्यांना मान्य नव्हते. ते म्हणत, "मी वर्तमानकाळात जगतो आणि भविष्यकाळात बघतो. उद्याचा विचार करतो." *मुख्य अभियंता म्हणून काम करताना त्यांना जाणवले होते की, कामांचा अग्रक्रम ठरविणे तसेच त्यासाठी आर्थिक बाबींची तरतूद करणे या गोष्टी इंजिनिअरच्या हातात नसतात. ते अधिकार प्रशासनाच्या हातात असतात. ते अधिकार आपल्याला मिळाले तर...! विश्वेश्वरय्या विचार करीत असत आणि एक दिवस ते अधिकार चालून त्यांच्याकडे आले. महाराज कृष्णराज वडियार यांनी त्यांना राज्याचे दिवाणपद म्हणजेच पंतप्रधान पद, देऊ केले. नव्या परिस्थितीचे एक आव्हान म्हणून त्यांनी ते स्वीकारले. समाजहिताची चांगली कामे करण्यासाठी ह्या अधिकारांचा वापर तर फारच चांगल घडू शकेल. हा त्यामागचा दृष्टिकोन दिवाणपद स्वीकारतानाच त्यांनी बोलून दाखविला.*

काही गुण काही अवगुण

राज्याचे दिवाण म्हणजे एका अर्थाने सर्वेसर्वा! त्यांनी दिवाणपद स्वीकारायचे ठरविले आणि एक गमतीदार गोष्ट घडली. एके दिवशी रात्रीच्या वेळी त्यांनी आपले सगळे नातेवाईक, मित्रमंडळी, शासनातील महत्त्वाचे काही अधिकारी यांच्यासाठी एक पार्टी आयोजित केली. पार्टी रंगात आली होती. घड्याळात साडेनऊचे ठोके पडले अन् विश्वेश्वरय्या उभे राहिले. त्यांना एक उद्‌घोषणा करायची होती.

"मंडळी, एक बातमी जाहीर करतो. उद्यापासून मी राज्याचे दिवाणपद स्वीकारणार आहे." टाळ्यांचा कडकडाट झाला. ते पुढे बोलू लागले, "माझी तुम्हा सर्वांना एकच विनंती आहे, आपण कोणीही, आपले कोणतेही खाजगी काम घेऊन माझ्याकडे येऊ नका. मी ते करणार

नाही. जेवढे नियमात बसेल तेवढेच करीन. तुम्ही आलात आणि तुमचे काम झाले नाही तर तुम्हाला दुःख होईल, मला वाईट वाटेल त्यापेक्षा तुम्ही येऊच नका ही माझी कळकळीची विनंती आहे."

तत्त्वनिष्ठा म्हणतात ती हीच! ही त्यांनी इथे बोलून दाखविली, इतर वेळी न बोलता कृतीत आणली. त्यातून समाजासमोर वेगळे आदर्श आपोआपच उभे केले. त्यांना गोड शब्दात बोलता येत नसे. जे मनात असेल ते सरळ स्पष्टपणे सांगणे हा त्यांचा स्वभाव होता. त्यामुळे त्यांचे कोरडे बोल अनेकांना 'कडू' वाटत. अर्थात इतरांना काय वाटते याचा विचार करायलाही त्यांना वेळ नव्हता.

म्हैसूरचे दिवाण सर एम. व्ही. विश्वेश्वरय्या

आई म्हणजे त्यांच्यासाठी एक प्रेमाची अन् आदराची जागा होती. मात्र आईलाही त्यांनी आपल्या कामात हस्तक्षेप करू दिला नाही. "जरा जपून शब्द वापर. शब्दांनी वणवा पेटवित जाऊ नकोस. त्यात एखाद्यावेळी स्वतःच भाजशील." या आईच्या इशाऱ्याचा फारसा परिणाम त्यांच्यावर झालेला दिसत नाही.

मुळात त्यांचा स्वभाव हा तंतोतंत वेळ पाळण्याचा! एकही मिनिट उशीर त्यांना चालत नसे. त्यांच्याच बहिणीचा नातू पंढरीनाथ! यांनी स्वतःच सांगितलेला एक प्रसंग आहे. त्यांच्याच शब्दात वाचूया. म्हणजे काटेकोर आणि नियमबद्ध जीवन काय असते, याचा खरा अंदाज येऊ शकेल.

दिवाणपद स्वीकारल्यावर त्यांनी एक निर्णय घेतला. नात्यातल्या मुलांपैकी जी मुले उत्तम मार्क्स मिळवून महाविद्यालयीन शिक्षणासाठी पुढे जातील त्यांना घरी जेवायला बोलवायचे. त्यांना शंभर रुपये बक्षीस द्यायचे. ही प्रथा त्यांनी आपल्या शेवटच्या दिवसापर्यंत सुरू ठेवली होती.

श्री. पंढरीनाथ हे उत्तम गुणांनी शालांत परीक्षा पास झाले. इंजिनिअरिंग प्रवेश मिळविला. आजोबा विश्वेश्वरय्यांना भेटायला गेले. त्यांनी रात्री जेवायला बोलविले.

घड्याळात आठचे ठोके पडले. विश्वेश्वरय्या जेवण्याच्या टेबलावर! पण पंढरीनाथचा पत्ता नव्हता. त्यांचे जेवण संपले, तरी पंढरीनाथ आला नाही. अखेर तो आला तेव्हा पाऊणेनऊ वाजले होते.

आचारी नारायणराव यांनी त्याला जेवायला वाढले. नंतर विश्वेश्वरय्यांच्या वाचनालयाच्या खोलीत पाठवून दिले. विश्वेश्वरय्यांनी त्याला पाकीट भेट दिले. ते उघडून पाहायला लावले. त्यात पंचवीस रुपये होते. "पाऊणतास उशीर झाला म्हणून बक्षिसाची पाऊण रक्कम त्यांनी कापून घेतली." असा हा काटेकोरपणा!

त्यांची सून शकुंतला याही असाच एक प्रसंग सांगतात, "सकाळी ठीक साडेसातच्या ठोक्याला सगळ्यांनी नीटनेटके कपडे घालून जेवणाच्या टेबलावर नाष्ट्यासाठी जमायचे हा त्यांचा नियम! नुकतेच लग्न होऊन त्या घरात नव्यानेच आल्या होत्या. अद्याप पुरेशा रुळल्याही नव्हत्या.

कुटुंबीयांसमवेत

एक दिवस टेबलावर त्या दोन मिनिटे उशिरा पोहोचल्या. त्यावेळी विश्वेश्वरय्या काहीच बोलले नाहीत. मात्र संध्याकाळी त्यांना आपल्या कार्यालयात बोलावून घेतले. भेट म्हणून एक घड्याळ दिले अन् म्हणाले, "तुला याची गरज दिसतेय. नीट वापरत जा." ते जपून ठेवलेले घड्याळ आजही त्या अभिमानाने दाखवितात.

एकदा असाचा एक प्रसंग घडला. कर्नाटक राज्याच्या मंत्र्यांनी वेळ मागितली. मुलाखत ठरली. मात्र ते आलेच नाहीत. दुसऱ्या दिवशी त्याच वेळी आले. विश्वेश्वरय्या त्यांना म्हणाले, "एक तर तुम्ही मुलाखत ठरवून आला नाहीत, तो माझा वेळ वाया गेला आणि आता वेळ न ठरविता आलात म्हणजे पुन्हा दुसऱ्यांदा वेळ वाया जाणार. तुम्ही सत्तेवर आहात तेव्हा मला तुमच्यासाठी वेळ द्यावा लागेल; पण तो हवा तेव्हा, तुम्हाला हवा तसा देता येणार नाही. तुम्ही गेस्टहाउसमध्ये आराम करा. मी दिवसभराची माझी सर्व कामे संपवितो. मग आपण भेटूया. त्यावेळी तुमच्यासाठी राखून ठेवलेला अर्धा तास आपण वापरू."

इतके वेळेच्या बाबतीत ते काटेकोरपणे वागत. जेवढा वेळ त्या व्यक्तीला दिला असेल तेवढा वेळ ते बोलत. मग सरळ नमस्कार करून उठत. निरोपासाठी दरवाजापर्यंत जात. कुणी आधी आले तर त्याचीही जाणीव त्याला करून देत. वेळ ठरविल्याशिवाय कुणी आले तर सहसा भेटत नसत. एकदा महर्षी विनोबांनाही त्यांच्या कोटेकोरपणाचा फटका बसला. पूर्वनियोजित भेट नसल्याने भेट न घेताच त्यांना परतावे लागले होते.

आपल्या सर्व कामांमधून आणि काम करण्याच्या पद्धतीतून विश्वेश्वरय्यांना भारतीय माणसाच्या मनातला आत्मविश्वास जागा करायचा होता. एकदा तो प्रज्वलित झाला की, पुढची कामे सोपी होणार होती.

म्हैसूर हे संस्थान! राजा त्याचा प्रमुख! दिवाणाने करभार पहायचा ही पद्धत! मात्र दरबारात इंग्रजांचा एक अधिकारी असे. तो 'रेसिडेंट रिप्रेझेंटेटिव्ह' या नावाने ओळखला जाई. तो राजाच्या खुर्चीशेजारी त्याची खुर्ची लावून बसे. मात्र दिवाणासह सर्व भारतीय अधिकारी हे खाली भारतीय बैठकीवर बसत. विश्वेश्वरय्यांना हा त्यांचा स्वतःचा आणि भारतीय अधिकाऱ्यांचा अपमान वाटला. त्यांनी महाराजांना पत्र लिहून अशा दरबारात अनुपस्थित राहण्याची परवानगी मागितली. ती देता येणे शक्यच नव्हते. शेवटी महाराज कृष्णराज वडियार बहादूर यांनी तोडगा काढला. सर्वच भारतीय, प्रतिनिधींना आणि अधिकाऱ्यांना खुर्च्या उपलब्ध करून दिल्या. अशारीतीने कोणताही पेचप्रसंग उभा न राहू देता विश्वेश्वरय्यांनी 'आपणही कुणीतरी आहोत' हा आत्मविश्वास निर्माण करायला सुरुवात केली.

दिवाणपद आणि प्रशासकीय सुधारणा

आपण कोणती कामे करणार आहोत आणि त्यांची दिशा कशी असेल, हे निश्चित करूनच त्यांनी कामाला हात घातला.

आपल्या पहिल्या भाषणातच ते म्हणाले,

"माझ्या कामाची दिशा ही शिक्षण, उद्योग, व्यापार व सार्वजनिक
हिताची कामे यांचे चांगले नियोजन, विकासाला प्रोत्साहन आणि
त्यांची वाढ हे असेल. त्यातून सामान्य माणूस चांगले काम करू
शकेल, चार पैसे कमावून सुखाने जगू शकेल ही असेल. मी जपान,
युरोप तसेच अमेरिकेचा दौरा करून तिथल्या परिस्थितीचा अभ्यास
केला आहे. सामान्य माणसाच्या अडचणी दूर व्हाव्यात आणि त्यांचा
जीवनस्तर सुधारावा यासाठी अविरत प्रयत्न आणि कष्ट करावे
लागतील. सर्व अधिकाऱ्यांना त्यावर लक्ष केंद्रित करून दीर्घकाळ
श्रम करावे लागतील. त्यासाठी अगदी आतापासून... या क्षणापासून
काम करावयाची गरज आहे. या कामावर मी बारीक लक्ष ठेवणार
आहे."

"आजकाल रस्ते, रेल्वे, वगैरे सार्वजनिक हिताची बांधकामे करवून
घेणे तसे फार कठीण राहिले नाही. जगभरातून अशी कामे कुशलतेने
करणाऱ्या कंपन्या तसेच माणसे मिळतात. त्यांना बोलावता येते.
पुरेसा मोबदला मिळेल याची जर आपण खात्री देऊ शकलो तर
परदेशी भांडवलही मिळते. थोडा प्रयत्न केला तर अशी तज्ज्ञ व
कर्तबगार मंडळी भारतातही येऊ शकतात. भारतात बुद्धिमान तरुणांची
कमतरता नाही. त्यामुळे आपल्या देशातील तरुणांना नवे ज्ञान,
तंत्रज्ञान मिळू शकेल यासाठी परदेशी कंपन्या किंवा तज्ज्ञ माणसे
बोलवायलाही हरकत नाही. केवळ पदरेशी कंपन्या आणि तंत्रज्ञान
वापरून कामे करून घेतली तर कामे होतील, मात्र आपल्या देशातील
ज्ञान व कौशल्ये वाढीस लागणार नाहीत. आपला खरा फायदा
होणार नाही. आपल्याकडे नैसर्गिक साधनसामग्री मोठ्या प्रमाणात
आहे; तसेच बुद्धिमत्ता आहे. या दोन्ही संपत्तींचा वापर करून

देवाणघेवाणीच्या माध्यमातून सामुदायिक प्रयत्नांची सांगड घातली तरच या देशाचा खरा विकास होऊ शकेल. माझे हे विधान फक्त म्हैसूरपुरते मर्यादित नाही, ते सर्व भारताला लागू आहे. त्यातून आपली कौशल्ये व तंत्रज्ञान विकसित होईल."

आपल्या कामामागचा हा विचाराचा धागा स्पष्ट करतानाच त्यांनी ही कामे चांगल्या पद्धतीने घडावीत म्हणून प्रशासन पद्धतीत अनेक सुधारणा करण्यास सुरुवात केली. आपले प्रशासन जास्तीत जास्त लोकाभिमुख कसे होईल, याकडे लक्ष द्यायला सुरुवात केली. डोक्यात विचार आणि कामाची दिशा पक्की होती. महाराजांचा पाठिंबा होता. अर्थात ब्रिटिश अधिकाऱ्यांचा अडथळा होता. १८८१ मध्ये सर्व सत्ता महाराजांकडे आली तरीही सर्व अधिकार त्यांच्याकडे हस्तांतरित झाले नव्हते. विश्वेश्वरय्यांनी त्याबद्दल ब्रिटिश शासनाशी पत्रव्यवहार सुरू केला.

Instrument of Transfer नावाचा करार लिहून अमलात आणायची गरज होती. विश्वेश्वरय्यांनी कायदातज्ज्ञांच्या साहाय्याने कागदपत्रे करवून घेतली. पाठपुरावा सुरूच ठेवला. अखेर १९१३ मध्ये ब्रिटिश अंडर सेक्रेटरी मॉंटेग्यू यांच्याशी चर्चा केली. अखेर गव्हर्नर जनरल लॉर्ड हेस्टिंग्ज यांनी भेट घेऊन या कराराला अंतिम रूप दिले व हे सर्व अधिकार महाराजांना मिळवून दिले. भारतातल्या इतर संस्थानांचाही आपोआपच फायदा झाला.

- दरबारात लोकांच्या प्रतिनिधींना सहभागी करून घेणे आणि आपला कारभार जास्तीत जास्त लोकाभिमुख करणे यासाठी चार लोक प्रतिनिधी दरबारात नेमून द्यायला महाराजांनी मंजुरी घेतली व चार दरबारी पदाधिकारी वाढविले. पूर्वी दरबारात १५ प्रतिनिधी असत व त्यात दोन लोकप्रतिनिधी असत. आता ही संख्या चोवीस असावी. त्यात ८ राज्य प्रतिनिधी असावेत आणि १० जिल्ह्यांचे १० प्रशासकीय अधिकारी आणि ६ लोकप्रतिनिधी असे चोवीस सदस्य असणारा दरबार गठित केला.

- राज्याच्या अर्थसंकल्पावर चर्चा करण्याचा अधिकार दरबाराला देण्यात आला. हा अर्थसंकल्प इंग्रजीत असे. लोकांना तो नीट समजत नसे. त्यामुळे त्याचा कन्नड अनुवाद उपलब्ध करून द्यायला सुरुवात केली.

- अंदाजपत्रक मार्चमध्येच मांडावे लागे. दरबार मात्र नवरात्रात भरे. त्यावेळी ही चर्चा व्हायला उशीर होई. अशावेळी हे अंदाजपत्रक मार्चमध्येच लेखी स्वरूपात पाठवायला आणि त्यावर लेखी प्रतिक्रिया मागवायला सुरुवात केली.

- प्रशासन आणि न्याय हे दोन्ही अधिकार एकाच व्यक्तीकडे असत. तो जिल्ह्याचा प्रमुख अधिकारी असे. विश्वेश्वरय्यांनी न्याय आणि प्रशासन या दोन्ही शाखा वेगळ्या केल्या. महसुली अधिकाऱ्यांकडून न्यायदानाचे अधिकार काढून घेतले. तालुकास्तरापर्यंत न्यायदानासाठी स्वतंत्र न्यायाधीशाची नेमणूक करविली.

- स्थानिक स्वराज्य संस्था मजबूत व्हाव्यात म्हणून लोकल बोर्डाची स्थापना केली. त्यासाठी नगरपालिकांची वर्गवारी केली. त्यानुसार महानगर, नगरे लहान शहरे अशी वर्गवारी केली. लोकप्रतिनिधींची संख्या वाढविली. त्यानुसार महानगरात २/३, नगरांमध्ये १/२ आणि इतर शहरांमध्ये १/३ अशी संख्या निश्चित केली. प्रत्येक गावात लोकसंख्येनुसार प्रतिनिधीमंडळांच्या सदस्यांची संख्या ठरविण्याचा प्रयत्न अमलात आणला.

- ग्रामीण भागात लोकल बोर्डावर २/३ लोकप्रतिनिधी घेण्यास सुरुवात केली, तालुका बोर्डावर निम्मे लोकप्रतिनिधी असावेत अशी व्यवस्था केली.

- प्राथमिक शिक्षण, प्राथमिक आरोग्य केंद्रे व दवाखाने, पशुवैद्यक दवाखाने इत्यादी अनेक कामांच्या जबाबदाऱ्या लोकल बोर्डावर सोपविल्या. त्यासाठी स्वतंत्रपणे त्यांना निधी मिळेल अशी व्यवस्था केली. त्यांना स्वतःचा अर्थसंकल्प बनविण्याचे अधिकार दिले. स्थानिक पातळीवर कर आकारण्याचे अधिकार दिले.

- या सर्व प्रशासकीय सुधारणा घडवून आणण्यासाठी हुशार व कार्यक्षम अधिकारी लागणार होते. त्यासाठी स्पर्धा परीक्षा सुरू केल्या. कोणत्या कामासाठी, कोणत्या गुणवत्तेच्या व कोणत्या दर्जाच्या अधिकाऱ्यांची गरज आहे, हे आधीच निश्चित करून घ्यायला सुरुवात केली. बढतीसाठी कार्यालयांतर्गत स्पर्धा परीक्षांना प्रारंभ करून दिला.

- अधिकाऱ्यांसाठी Code of Conduct निर्माण करून दिले. ध्येयधोरणे ठरविणारी मार्गदर्शक तत्त्वे निर्माण केली. लिहिली, छापली, सर्वांपर्यंत वाटली.

- स्थानिक पातळीवरचे प्रश्न सोडवण्यासाठी तालुका बोर्डाला पूरक अशी ग्रामपंचायत आणि ग्रामसभांची निर्मिती केली. त्यावर लोकप्रतिनिधी घेतले. त्यांना चर्चा करून बहुमताने निर्णय घेण्याचे अधिकार दिले.

- जवळजवळची गावे पक्क्या रस्त्यांनी जोडली जावीत, त्याद्वारे लोकांचा एकमेकांशी संपर्क वाढावा, प्रत्येक गावाला वीज मिळावी यासाठी यंत्रणा निर्माण केली.

- सर्व शहरे सुनियोजित पद्धतीने वाढावीत, रचावीत आणि सांभाळावीत यासाठी स्वतंत्र विभाग असावा यावर भर दिला. त्यातून पाणी, सांडपाणी, वीज, रस्ते, वाहतुकीची कोंडी होऊ न देणे अशा विषयांवर भर दिला. सार्वजनिक वाहनव्यवस्था वाढवली. यासाठी बंगलोरला ट्राम सुरू करण्यासाठी प्रयत्न केला. (महायुद्धामुळे तो प्रकल्प गुंडाळावा लागला.)

- प्रत्येक शहरात अनावश्यक वाहने शिरू नयेत व त्यामुळे वाहनांची कोंडी होऊ नये म्हणून गावाबाहेरून संपूर्ण गावाभोवती रिंगरोड ही कल्पना मांडली. १९१५ मध्येच बंगलोर शहरासाठी रिंगरोडची योजना तयार केली.

- ही सगळी कामे करण्यासाठी अनेक नवे नियम बनविले. जुने नियम दुरुस्त केले. कामे कशी करावयाची, याची नियमावली तयार केली. प्रसिद्ध केली. सर्व संबंधित अधिकाऱ्यांची दर आठवड्याला बैठक घ्यायला

सुरुवात केली. आठवड्यातून दोनदा तरी कार्यपद्धतीबद्दल 'नवे परिपत्रक' जारी करून कामात सुसूत्रता आणण्याचा प्रयत्न केला.

- बढतीसाठी व नव्या भरतीसाठी स्पर्धा परीक्षा सुरू केल्या. त्यासाठी मार्गदर्शनपर वर्ग आयोजित केले. *'म्हैसूर सिव्हिल सर्व्हिसेस'* या नावाने या स्पर्धा परीक्षा लोकप्रिय केल्या. त्यातील यशस्वी तरुणांना सरळ सरळ अधिकारी म्हणून नोकरी मिळू लागली. ही सरळ भरती सुरू केल्याने जुन्या नोकरशहांच्या डोक्यावर ही नवी तरुण मंडळी येऊन बसू लागली.

- दर आडवड्याचा कामाच्या 'प्रगतीचा अहवाल' पाठविणे बंधनकारक केले. त्याचबरोबर दर महिन्याला जिल्हा भेट द्यायला सुरुवात केली. संपूर्ण पूर्वतयारी करून त्यांचा हा दौरा आयोजित केला जात असे. त्यात तासातासाचा कार्यक्रम आधीच निश्चित केला जाई. प्रत्येक विभागप्रमुखाला ते असाच दौरा करायला आणि आकडेवारी गोळा करायला सांगत असत व त्या कामाला प्रोत्साहनही देत असत.

- सर्व जिल्ह्यांच्या सांख्यिकी आकडेवारीचा तुलनात्मक अभ्यास सुरू केला. तशा प्रकारचे तक्ते व आलेख बनवायला सुरुवात करून दिली. त्यामुळे कोणता जिल्हा कोणत्या प्रकारच्या कामात पुढे आहे; उलटपक्षी कोणता जिल्हा कोणकोणत्या प्रकारच्या कामांमध्ये मागे आहे याचे तुलनात्मक चित्र लगेच समोर येऊ लागले.

- हा अहवाल दर महिन्याला प्रत्येक जिल्ह्यात पाठविला जाई. कोणताही कागद लपवून ठेवणे, माहिती जाहीर न करणे हे जमेनासे झाले. काम न करणारे हे आपोआपच उघडे पडू लागले आणि मन लावून काम करणारे चमकू लागले.

- कार्यक्षमता तपासणी - प्रत्येक अधिकाऱ्याला त्याची जबाबदारी आणि कर्तव्ये तसेच अधिकार यांची स्पष्ट कल्पना तो कामावर रुजू होतानाच लेखी स्वरूपात दिली जाई. त्याने अधिकार, कर्तव्ये व जबाबदाऱ्या

किती कार्यक्षमतेने पार पाडल्या याची तपासणी व्हावी अशी संकल्पना या Audit मध्ये त्यांनी मांडली. दर तीन महिन्यांनी हा अहवाल बनवून पाठवावा लागणार होता.

- त्यातून दप्तर अद्ययावत ठेवणे, वेळचे वेळी निर्णय घेऊन कामांमधली दिरंगाई टाळणे, अडचणींवर मात करण्यासाठी एका माहिती कक्षाची स्थापना करणे, नोकरीत आल्यापासून त्याची सर्व कागदपत्रे, कार्यक्षमता रिपोर्ट यांची एकच एकत्रित स्वरूपाची एक फाइल तयार करून ती व्यवस्थित सांभाळणे, हे सक्तीचे केले.

- दर तीन ते पाच वर्षांनी विभागांतर्गत परीक्षा व त्यातून गुणवत्ता वाढ यावर भर दिला. खर्चात बचत तसेच कार्यक्षमतेत वाढ, ढिसाळपणा व दिरंगाई टाळणे यावर भर द्यायला सुरुवात केली.

- कर्मचाऱ्यांसाठी ठराविक कालावधीनंतर आरोग्य तपासणी योजना सुरू केली व त्यामार्फत त्यांची सुदृढता, निरोगीपणा आणि कार्यक्षमता वाढेल असा हा प्रयत्न होता.

- खात्यांतर्गत चौकशी, अनियमितता टाळणे यावर खास लक्ष केंद्रित केले. हिशोब तपासाचे, व्यवस्थापन तपासणी यासाठी लागणारी सर्व कागदपत्रे तयार करून उपलब्ध करून देणे सक्तीचे केले.

- ही सगळी कामे करून घ्यायची तर कार्यालयीन कामकाजाची वेळ पुरेना. त्यामुळे त्यांनी आपली कार्यालयीन वेळ सकाळी ६.०० ते रात्री ८.०० अशी वाढविली. सर्व कर्मचाऱ्यांना तेवढा वेळ काम करावे लागे. त्यासाठी त्यांना खास भत्ता द्यायला सुरुवात करावी आणि सरकारच्या तिजोरीवर या खर्चाचा भार पडू नये म्हणून आपल्या पगारातून तेवढे पैसे कापून घ्यावेत अशीही सूचना महाराजांना केली. महाराजांनी पगार व भत्ता वाढवून दिला. मात्र विश्वेश्वरय्यांच्या पगारातून ते पैसे कापले नाहीत.

अशारीतीने सर्व प्रशासनाला एक नवे रूप, नवी झळाळी आणि नवी गती देण्याचा त्यांचा हा प्रयोग विलक्षण होता. कर्मचार्‍यांचा विरोध हा नेहमीच बदलाला अडथळा निर्माण करणारा असतो, तसा यावेळीही होताच. मात्र त्यावर मात करून, कधी प्रेमाने समजावून, कधी नियमांवर बोट ठेवून, कधी धाकदपटशा दाखवून त्यांनी प्रशासन गतिमान करायला सुरुवात केली.

एवढी सगळी कामे आपल्या दिवाणपदाच्या अवघ्या साडेपाच वर्षांच्या कारकीर्दीत केल्यावर (काही पूर्ण, काही सुरू करून दिलेली, काही योजून दिलेली) त्यांना असे जाणवले की, यापेक्षा मोठ्या कामाचे क्षितिज आपल्याला खुणावते आहे. इतका विरोध पत्करून येथे अडकून पडणे योग्य नाही. असे जाणवताच त्यांनी दिवाणपदाचा राजीनामा दिला आणि बाहेर पडले. कोणतीही कटुता न बाळगता त्यानंतरही म्हैसूरच्या विकासासाठी काम करीत राहिले.

शिक्षणमहर्षी विश्वेश्वरय्या

विश्वेश्वरय्यांचा असा ठाम विश्वास होता की, ज्या प्रदेशातले ७० ते ७५ टक्के लोक हे शेतीवर अवलंबून असतात आणि या शेतीपैकी किमान ८० ते ८५ टक्के शेती ही पावसाच्या कृपादृष्टीवर अवलंबून असते; त्या प्रदेशाची आणि तिथल्या लोकांची आर्थिक प्रगती होऊच शकत नाही. ती करावयाची असेल तर दोन मार्ग कठोरपणे अमलात आणावे लागतात.

१. शेतीसाठी हमखास पाणी मिळेल याची व्यवस्था करून घ्यावी लागते व ते पाणी वापरण्यासाठी विजेची सोय उपलब्ध करून द्यावी लागते.

२. शेतीवर ज्यांचे जीवन पूर्णतः अवलंबून आहे, अशा व्यक्तींची किंवा कुटुंबाची संख्या कमी करावी लागते. त्यासाठी काही लोकांना इतर व्यवसाय किंवा कामधंदा उपलब्ध करून द्यावा लागतो.

या दोन्ही गोष्टी साध्य करण्यासाठी एकच मार्ग त्यांना महत्त्वाचा वाटला तो म्हणजे शिक्षण! शिक्षणासाठी त्यांनी चार अंगांनी कामे सुरू केली.

अ. प्राथमिक शिक्षण हे मोफत आणि सक्तीचे केले. त्यातून शाळेत जाणाऱ्या मुलांची संख्या अवघ्या पाच वर्षांत दुपटीपेक्षा जास्त झाली.

ब. महाविद्यालयीन शिक्षणाची सोय सर्वत्र निर्माण करून दिली. त्यासाठी म्हैसूर येथे खास स्वतंत्र विद्यापीठ स्थापन केले. त्यातून उद्योगधंद्यांना उपयोगी पडतील, अशा सुशिक्षित लोकांची एक मोठी टीमच्या टीम उभी राहिली.

क. जी तरुण मंडळी उच्चशिक्षण घेऊ शकत नाहीत. त्यांच्यासाठी कौशल्य विकसनाचे छोटे कोर्सेस सुरू केले. त्यातून कुशल कामगार उपलब्ध होऊ शकले आणि तेवढा लोकांना रोजगार मिळाला.

ड. चौथाही एक मार्ग त्यांनी सुरू केला. तो म्हणजे कृषी माल प्रक्रिया प्रशिक्षण आणि कृषिपूरक उद्योग.

या चौफेर कामांमुळे शिक्षण या विषयातले ते भारताचे एक मोठे तज्ज्ञ मानले जाऊ लागले. पुण्याच्या इंजिनिअरिंग कॉलेजने आपला अभ्यासक्रम सुधारून त्यामध्ये नवा भाग कोणता आणि कसा आणावयाचा हा कार्यक्रम आखला. त्यासाठी सन १९०६ मध्ये विश्वेश्वरय्यांच्या अध्यक्षतेखाली एक समिती नेमली. त्यानुसार सर्व अभ्यासक्रम नव्याने आखला गेला. त्यातून त्यांना एक फेलोशिपही मिळाली. मानसन्मान मिळावयाची ही सुरुवात होती. इथून पुढे असे अनेक मानसन्मान त्यांना मिळणार होते.

प्राथमिक शिक्षण

जगाच्या व इतर देशांच्या तुलनेत आपण कुठे आहोत, याचा सतत संख्याशास्त्रीय दृष्टीने अभ्यास करणे आणि त्या विश्लेषणातून आपल्या आजच्या परिस्थितीत सुधारणा करणे, ही विश्वेश्वरय्यांच्या कामाची पद्धत होती.

म्हैसूर राज्यात शिक्षणामध्ये विशेषतः प्राथमिक शिक्षणात १९ टक्के इतकीच मुले शाळेत जात. त्यातही मुलींची टक्केवारी ही आणखीच कमी होती. शिवाय विद्यार्थी गळतीचे प्रमाणही जास्त होते. गावात शाळा नसणे, हे मुले शाळेत न जाण्याचे फार मोठे कारण होते. पारंपरिक शेतीच्या कामांसाठी

शालेय शिक्षणाची गरज आहे, हेही सामान्य माणसांना पटत नव्हते आणि समजतही नव्हते. त्यासाठी त्यांनी दोन मार्गांनी प्रयत्न सुरू केले. सरकारने स्वतः शाळा तर उघडल्याच; पण त्याचबरोबर खाजगी संस्था आणि ग्रामपंचायती यांनाही शाळा काढण्यास प्रोत्साहन दिले. २५ टक्के रक्कम त्या संस्थेने जमा केली, तर ७५ टक्के रक्कम अनुदान म्हणून द्यायला सुरुवात केली. त्यामुळे १९१२ मध्ये सरकारी व खाजगी शाळांमध्ये— कन्नड व इंग्रजी माध्यम मिळून १.६८ लाख विद्यार्थी शाळेत जात होते. तर एकूण शाळांची संख्या ४८६८ होती. सन १९१७-१८ पर्यंत ही शाळांची संख्या वाढून ११२९४ इतकी झाली. तर त्यातून ३.६८ लाख विद्यार्थी शिक्षण घेऊ लागले. म्हणजे विद्यार्थ्यांची संख्या सुमारे अडीचपटीने वाढली.

हे करण्यासाठी त्यांना अनेक उत्तेजन देणारे मार्गही स्वीकारावे लागले. प्राथमिक शिक्षण सक्तीचे करताना ते मोफत मिळेल याची व्यवस्था त्यांनी केली. गरीब व गरजू विद्यार्थ्यांना वह्या, पुस्तके विनामूल्य उपलब्ध करून दिली. ज्या गावांपर्यंत शाळा अद्याप पोहोचल्या नव्हत्या, तिथल्या विद्यार्थ्यांना शाळेत जाणे आणि घरी परतणे यासाठी वाहनांची व्यवस्था केली. दुपारचे जेवण शाळेत देण्याची व्यवस्था केली व त्यातून पौष्टिक चौरस आहार त्यांना मिळेल यावर खास लक्ष दिले. सध्या या सगळ्या योजना राबविण्याचा महाराष्ट्रात प्रयत्न होत आहे. त्यांचे मूळ १०० वर्षांपूर्वी विश्वेश्वरय्यांनी जे प्राथमिक शिक्षण रुजविण्यासाठी जे प्रयत्न केले, त्यामध्ये आहे.

ही कामे करण्यासाठी दरवर्षीच्या अंदाजपत्रकात शिक्षणासाठी जी तरतूद केलेली असे ती मोठ्या प्रमाणावर वाढविली आणि टप्प्याटप्प्याने ती अंदाजपत्रकीय खर्चाच्या सहा टक्के इतकी गेली पाहिजे हे नमूद करून ठेवले. तो टप्पा आपण अद्यापही गाठू शकलो नाही.

म्हैसूर विद्यापीठ

म्हैसूरमधील सामान्य माणसाला, येथील परिस्थितीत वापरता येईल असे उच्चशिक्षण मिळाले पाहिजे, ते इथल्या मातीशी नाते जोडणारे असले पाहिजे, हा विचार विश्वेश्वरय्यांच्या डोक्यात पक्का होता.

भारतात ब्रिटिशांनी तीन विद्यापीठे सुरू केली होती. मुंबई विद्यापीठ, कलकत्ता विद्यापीठ आणि मद्रास विद्यापीठ. ब्रिटिश शासनाला आपला राज्याचा गाडा चालविण्यासाठी जे मनुष्यबळ लागे ते या तीन विद्यापीठांतून तयार होई. त्यापेक्षा जरा वेगळ्या प्रकाराने शिक्षण दिले जावे, हा विचार त्यांच्या मनात पक्का होता.

अर्थात विद्यापीठ काढायचे म्हणजे ब्रिटिश शासनाची परवानगी घेणे गरजेचे होते. आपल्या मद्रास विद्यापीठाच्या विद्यार्थी संख्येवर परिणाम होईल म्हणून ते परवानगी देईनात. शेवटी ऑस्ट्रेलिया, अमेरिका, कॅनडा, जपान यांची उदाहरणे देऊन व आकडेवारीनिशी पुरावे सादर केले. म्हैसूरच्या

म्हैसूर युनिव्हर्सिटी

लोकसंख्येसाठी किमान ५ विद्यापीठे झाली पाहिजेत; तेव्हा किमान पहिले विद्यापीठ सुरू करता यावे यासाठी त्यांनी प्रचंड पत्रव्यवहार केला. भेटीगाठी घेतल्या. ब्रिटिशांशी युक्तिवाद केले. शेवटी १९१६ मध्ये विद्यापीठाला परवानगी मिळाली.

त्यांना घडवायचे होते उद्योगकुशल म्हैसूर राज्य! त्यासाठी उच्चशिक्षित असे व्यवस्थापन तज्ज्ञ, विषयांमधले जाणकार, स्वदेशाचे हित ओळखून कामे करतील आणि म्हैसूरला प्रगतिपथावर नेतील अशी शिक्षित पिढी! हे काम विद्यापीठामार्फत होणार होते. अशारीतीने स्वतःचे विद्यापीठ असणारे म्हैसूर हे पहिले संस्थान ठरले.

जवळजवळ याच काळात बनारस हिंदू विद्यापीठाची स्थापना झाली. त्यासाठी विश्वेश्वरय्या आणि महाराज कृष्णराज यांनी बरीच आर्थिक मदत केली. त्याबद्दल कृतज्ञता म्हणून डॉ. मदनमोहन मालवीय यांनी महाराज कृष्णराज यांना विद्यापीठाचे पहिले कुलपती म्हणून नेमले. त्या पदावर त्यांनी २० वर्षांपेक्षा अधिक काळ काम केले. नंतर अलिगढला मुस्लिम युनिव्हर्सिटी स्थापन झाली. त्यालाही संस्थानाने आर्थिक मदत केली. त्यातून म्हैसूरचे विश्वेश्वरय्या हे सगळ्या भारताचे झाले.

कन्नड साहित्य सभा

'लोकांनी पुस्तके वाचली पाहिजेत' ही चळवळ रुजवायची असेल तर त्यांना हव्या त्या सगळ्या विषयांवरची पुस्तके उपलब्ध करून दिली पाहिजेत. ती सर्व पुस्तके वाचनालयांमार्फत लोकांपर्यंत पोहोचली पाहिजेत. हा विचार कृतीत आणण्यासाठी त्यांनी कन्नड साहित्यसभेची स्थापना केली. या सभेमार्फत उत्तमोत्तम व लोकोपयोगी अशा पुस्तकांचे कन्नडमध्ये भाषांतर करून घेतले आणि छापून ती पुस्तके लोकांना उपलब्ध करून दिली.

अशाप्रकारे लोकांच्या भाषेतून त्यांच्यापर्यंत ज्ञानभांडार उपलब्ध करून देण्याचा प्रयत्न करणारे म्हैसूर आणि बडोदा ही दोनच संस्थाने होती. बडोद्याचे

महाराज सयाजीराव गायकवाड आणि म्हैसूरचे महाराज कृष्णराज वडियार आणि दिवाण विश्वेश्वरय्या यांनी हा स्थानिक लोकभाषेतून ज्ञानप्रसार हा विचार रुजविण्याचा यशस्वी प्रयत्न केला.

सार्वजनिक वाचनालये

अगदी छोट्या छोट्या गावांमध्ये जिथे वाचनालयेच नाहीत अशा ठिकाणी त्यांनी फिरती वाचनालये काढली. पुस्तक पेट्या तयार केल्या. ठराविक म्हणजे समजा १०० पुस्तके असणारी पेटी गावाला मिळे. ते महिनाभर गावात राही. नंतर दुसऱ्या गावाला जाई. त्या गावात दुसरी पेटी येत असे. त्यामुळे वेगवेगळी पुस्तके लोकांना गावात मिळू लागली.

त्याचबरोबर लोकांना कोणत्या विषयावरची पुस्तके वाचायला हवी आहेत यावर त्यांनी लोकांकडून लेखी सूचना मागविल्या. त्यानुसार नव्या पुस्तक निर्मितीच्या वेळी हे विषय त्यात येतील, याचीही नोंद घ्यायला सुरुवात केली.

शेतकी शाळा

म्हैसूरमध्ये लोकांचा मुख्य व्यवसाय शेती! तीदेखील परंपरागत पद्धतीने केली जाई. शेतीबद्दलचे आधुनिक ज्ञान लोकांना मिळावे, त्याचा वापर करून त्यांचे उत्पन्न वाढावे, या एकाच कळकळीतून त्यांनी शेतकी शाळा काढल्या. कृषी महाविद्यालय सुरू केले.

शेतकऱ्यांना हे विषय समजणे सोपे जावे, म्हणून हा सगळा अभ्यासक्रम कन्नड भाषेतून राबवायला सुरुवात केली. पशुपालन, पोल्ट्री, दुग्ध व्यवसाय, पिगरी असे छोटे छोटे अभ्यासक्रम सुरू केले. शेतीचे रूपांतर एका प्रगत व्यवसायात व्हावे, यासाठी सतत प्रयत्न करीत राहिले. आज कृषी विद्यापीठे जे नवे नवे विषय हाताळू इच्छितात, त्यांचे मूळ हे विश्वेश्वरय्यांनी स्थापन केलेल्या या मूळ कृषी महाविद्यालयामध्ये आहे.

त्याच माध्यमातून ससेपालन, रेशीम उद्योग, मधमाशापालन, मेणनिर्मिती व मधनिर्मिती हे नवनवे व्यवसाय सुरू करावयाचा शास्त्रशुद्ध मार्ग लोकांसाठी सुरू झाला.

द इंडियन संस्कृत इन्स्टिटट्यूट

भारतातील सर्वदूर पसरलेले संस्कृतमधील ज्ञान, परंपरा, चालीरीती, कल्पना यावर संशोधन व्हावे, यासाठी एक संस्था निर्माण करण्याची कल्पना धारवाडचे कुर्त कोटी यांनी यांच्या समोर मांडली. जे ज्ञान उपलब्ध होईल ते आधुनिक विज्ञानाच्या आधारे तपासून व घासून पुसून घ्यावे, हे ध्येयधोरणच निश्चित करण्यात आले.

जगभरातील संस्कृत विद्वानांना आपली मते मांडता यावीत यासाठी एक अँग्लो इंडियन त्रैमासिक सुरू करण्यात आले. कॉंग्रेस ऑफ ओरिएंटलच्या धर्तीवर संस्कृतसाठी ठिकठिकाणी संशोधन संस्था सुरू करायला प्रोत्साहन देण्याचे धोरण ठरविण्यात आले. शंकरमठ बंगलोर येथे संस्कृत महाविद्यालय सुरू करण्यात आले.

त्यातूनच *संस्कृत ओरिएंटल इन्स्टिटट्यूट* ही संस्था स्थापन झाली. सहज सोप्या भाषेत संस्कृत वाचणे, बोलणे, लिहिणे यावर भर देण्यात आला. पुढे शृंगेरीच्या मठाच्या पुढाकाराने त्याचे रूपांतर विद्यापीठात झाले.

वाणिज्य शिक्षण

अर्थशास्त्र, हिशोब, जमाखर्च, प्रकल्प अहवाल या सगळ्या बाबी म्हणजे औद्योगिकरणाच्या मार्गातले अत्यंत महत्त्वाचे विषय आहेत. त्यासाठी म्हैसूर विद्यापीठांतर्गत 'कॉमर्स'साठी खास अभ्यासक्रम सुरू केले. हे अभ्यासक्रम रुजवायला आणि त्याचे महत्त्व सामान्य माणसाला समजायला काही वर्षे जावी लागली. मध्यंतरी २-३ वर्षे विद्यार्थी नाहीत म्हणून ते अभ्यासक्रम स्थगितही ठेवावे लागले. मात्र विश्वेश्वरय्यांनी तो विषय चांगलाच लावून धरला. त्यामुळे तो विषय रुजला आणि हळूहळू विद्यार्थीप्रियही होऊ लागला.

अभियांत्रिकी शिक्षण/तंत्रशिक्षण

म्हैसूर विद्यापीठ सुरू करताना ज्या गुप्त वाटाघाटी झाल्या, त्यानुसार इंजिनिअरिंग कॉलेज तसेच तंत्रशिक्षणाची सोय सुरू करू नये, अशी अलिखित बंदी असावी. त्यामुळे हे अभ्यासक्रम सुरू करण्यासाठी खास परवानगी घ्यावी लागली. त्यातून बंगलोर येथे अभियांत्रिकी महाविद्यालय तसेच म्हैसूर येथे तंत्रशिक्षण शाळा आणि उद्योग प्रशिक्षण शाळा सुरू केली. त्याचे रूपांतर पुढे 'जयचामराज तांत्रिक शिक्षण संस्था' या नावाने एका मोठ्या संस्थेत करण्यात आले.

हे सुरू करण्यामागचा त्यांचा उद्देश त्यांनी एका भाषणात मांडून ठेवला आहे. ते म्हणतात, 'आपल्या देशातील लोकांची बुद्धिमत्ता विकसित व्हावी आणि त्याला कौशल्य विकासाची जोड दिली जावी. नाही तर आपल्या लोकांची कार्यक्षमता ही खालच्या पातळीवरच राहील. देशात अज्ञानी, अकार्यक्षम आणि अकुशल लोकांची संख्या वाढत जाईल. एखाद्या अडचणीच्या वेळी किंवा संकटकाळी निर्णय घेण्याची त्यांची कुवत कमी पडेल. यासाठी आपल्या लोकांना अशा तंत्रशिक्षण व कौशल्य विकासाच्या शिक्षणाची सोय उपलब्ध करून दिली पाहिजे. ते शिक्षण घेण्याची संधी उपलब्ध करून देणे व ते घेण्यास भाग पाडणे हा आपल्या देशाच्या विकासाचा खरा मंत्र आहे. त्यामुळेच हे शिक्षण म्हणजे लोकाभिमुख शिक्षण आहे."

या तंत्रशिक्षण विद्यालयात त्यांनी इतरत्र कुठेही शिकविले न जाणारे अनेक अभ्यासक्रम प्रथमच सुरू केले व राबविले. त्यांची नुसती यादी वाचली तरी ते काळाच्या किती पुढे होते हे लक्षात येते.

- कापडावरील प्रक्रिया व त्यामध्ये डाईंग, ब्लिचिंग, हॅण्डप्रिंटिंग,
- कातडी कमाविणे
- साबण निर्मिती

- लाकडाचे ऊर्ध्वपातन करून त्यापासून ऊर्जानिर्मिती
- वेगवेगळ्या रसायन निर्मितीचे प्रशिक्षण
- साखर उद्योग
- इलेक्ट्रोकेमिस्ट्री
- लोखंडाच्या विविध प्रकाराचे- उदा. बीड, पोलाद इ.–मूळ धातूपासून शुद्धीकरण करून निर्मिती.
- मशीन डिझाइन
- टुल वर्क
- कारखान्याचा गरजेनुसार लेआउट बनविणे
- उद्योग व्यवस्थापन
- वीजनिर्मिती
- इंजिन निर्मितीशास्त्र
- इंटर्नल कंबशन इंजिन्स
- बल्ब निर्मिती
- फोटोग्राफी, फोटो फिल्मनिर्मिती
- लघुचित्रपट निर्मिती

याबरोबरच रस्तेनिर्मिती, घरबांधणी याबद्दलचे अनेक अभ्यासक्रम त्यांना सुरू करावयाचे होते. मात्र ते प्रत्यक्षात आणायला त्यांना वेळ मिळाला नाही.

ते म्हणत, "देशात - रेल्वेमार्ग बांधणे, जहाजनिर्मिती करणे, विमानांचे कारखाने उभारणे या इतकेच इतर तंत्रशिक्षण आणि उच्चशिक्षण हे महत्त्वाचे आहे. मात्र भारतीय विद्यापीठे या प्रकारचे शिक्षण उपलब्ध करून देण्यास अपयशी ठरत आहेत."

त्यांचे हे निरीक्षण आजच्या परिस्थितीतही जसेच्या तसे लागू आहे. ते म्हणतात, 'केवळ ६ टक्के साक्षर असलेल्या समाजाचे रूपांतर

एका शिक्षित व तंत्रकुशल समाजात झाल्याशिवाय या देशाची खऱ्या अर्थाने प्रगती होणारच नाही. त्यासाठी ५ वर्षे पूर्ण झालेले प्रत्येक मूल हे शाळेत आणावे लागेल, त्याला शिकवावे लागेल. ८० टक्के लोक साक्षर झालेच पाहिजेत आणि त्यातले किमान १५ टक्के लोक हे तंत्रकुशल असले पाहिजेत. हे ध्येय डोळ्यासमोर ठेवून समयबद्ध कार्यक्रम आखावा लागेल व तो राबवावा लागेल."

हे तंत्रशिक्षण विकेंद्रित स्वरूपात जिल्ह्याच्या ठिकाणीच उपलब्ध व्हावे म्हणून त्यांनी प्रत्येक जिल्ह्यात तंत्रशिक्षण विद्यालये सुरू करायला सुरुवात केली. इंग्रजीबरोबरच हे शिक्षण लोकांना त्यांच्या 'कन्नड' भाषेतून देण्यास प्रारंभ केला. स्थानिक भाषेत हे ज्ञान आणून शिक्षणाची ही गंगा सामान्य माणसाच्या घरापर्यंत पोहोचविण्याची त्यांनी उत्तम सोय केली.

आपले शिक्षण केवळ घोकंपट्टी या पोपटपंचीवर अवलंबून राहू नये म्हणून प्रत्यक्ष कृतीवर आधारित शिक्षणाला सुरुवात केली. ग्रामीण ग्रंथालय मालिका स्थापन केली. या सुधारणा तळापर्यंत कशा नेता येतील यासाठी वेगवेगळ्या ५४ विषयांवर सविस्तर अभ्यास करण्यासाठी एक समिती नेमली. त्यातूनच महिलांसाठी घरी बसून करावयाचे उद्योग व त्यांचे प्रशिक्षण ही योजना पुढे आली व अमलात आणली गेली.

मुलींचे तंत्रशिक्षण व वसतिगृह

मुलींना तंत्रशिक्षण घेता यावे यासाठी खास तंत्रनिकेतन उघडलेच. शिवाय अशा शिक्षणासाठी त्यांना शहरात येऊन राहावे लागेल, ही गोष्ट लक्षात घेऊन त्यांच्या राहण्याची सोय व्हावी म्हणून महाराणी चनम्मा यांच्या नावाने वसतिगृह सुरू केले. तीन मजली इमारत उभारून म्हैसूर येथे मुलींच्या तंत्रशिक्षणासाठी साहाय्यभूत ठरेल अशी ही सोय होती.

श्री जयचामराजेंद्र व्यवसाय शिक्षण संस्था, बंगलोर

या संस्थेच्या स्थापनेमागची हकीगत फारच वेगळी आणि विश्वेश्वरय्यांच्या स्वभाववैशिष्ट्यावर प्रकाश टाकणारी आहे. भद्रावती आयर्न ॲण्ड स्टील या कारखान्याचे ते ६ वर्षे चेअरमन होते. पूर्णतः तोट्यात असलेला हा कारखाना त्यांनी नफ्यात आणला आणि १९३४ मध्ये अध्यक्षपद सोडायचा निर्णय घेतला. या सहा वर्षांत त्यांनी एकदाही पगार घेतला नव्हता. महाराजांनी खूप आग्रह करून त्यांना दोन लाख रुपये स्वीकारण्याची विनंती केली व तसा चेक दिला. विश्वेश्वर यांनी तो चेक घेतला. तसाच तो महाराजांना परत केला आणि त्यातून बंगलोरला एक व्यवसाय शिक्षण संस्था सुरू करण्याची विनंती केली. तिला राजपुत्र जयचामराज यांचे नाव देण्याचा आग्रह धरला. त्यांच्या या निःस्पृह वृत्तीतून एक उत्तम शिक्षणसंस्था उभी राहिली. फक्त कामाला आवश्यक तेवढी थिअरी आणि बाकी पूर्णपणे प्रात्यक्षिके यावर पूर्णतः भर देणारे हे तंत्रकौशल्य निर्मितीचे एक आदर्श महाविद्यालय ठरले. स्वातंत्र्योत्तर काळात महाराष्ट्रात ज्या औद्योगिक प्रशिक्षण संस्था (आय.टी.आय.) सुरू झाल्या त्यामागचा विचार आणि प्रेरणा विश्वेश्वरय्यांच्या याच कामात आहे.

अशारीतीने जीवनाची लढाई जिंकण्यासाठी तंत्रशिक्षण हे एक महत्त्वाचे हत्यार म्हैसूर राज्याच्या नागरिकांना मिळाले. त्यातून प्रगत म्हैसूरची निर्मिती होण्यास खऱ्या अर्थाने हातभार लागला.

सुशिक्षित राष्ट्र आणि अशिक्षित राष्ट्र यातला फरक मोजण्याचे एकमेव साधन म्हणजे शिक्षण! त्याची परिणामकारकता व कौशल्य विकसित करण्याची क्षमता ही किमान संख्येनुसार तरी मोजता येते. त्यावरूनच राष्ट्राची स्थिती कळू शकते. शिक्षण हा राष्ट्राच्या प्रगतीच्या मार्गावरचा एकमेव आणि अत्यावश्यक असा दुवा आहे. आपण अद्यापही त्यावर पूर्णपणे अंमलबजावणी करू शकलो नाही.

इंडियन इन्स्टिटट्यूट ऑफ सायन्सेस, बंगलोर (IISc.)

विज्ञानाच्या प्रसारासाठी टाटांनी स्थापन केलेली ही संस्था! सन १८९२ मध्ये टोकिओ ते अमेरिका या जहाजाच्या प्रवासात स्वामी विवेकानंद आणि सर जमशेदजी टाटा हे एकत्र होते. "पाश्चात्त्यांचे विज्ञान भारतात आणून शिकविण्याची व्यवस्था करा. हे काम करू शकेल अशी एकमेव व्यक्ती म्हणून तुमचे नाव माझ्या डोळ्यासमोर आहे." असे विवेकानंद जमशेदजींना म्हणाले. जमशेदजी वृद्ध होते.

टाटा उद्योगाची पैसे बाजूला काढण्याची स्थितीही नव्हती. अशावेळी पुन्हा एकदा विवेकानंदांचा सल्ला घेऊन जमशेदजींनी आपल्या खाजगी संपत्तीपैकी निम्मी संपत्ती ही या विज्ञान संस्थेसाठी काढून ठेवली.

बंगलोरच्या महाराजांनी त्यांना जागा देऊ केली. त्यामुळे संस्था बंगलोरला काढावयाचे निश्चित झाले. मात्र पुढे १० वर्षे काहीच घडले नाही. १९०९

इंडियन इन्स्टिटट्यूट ऑफ सायन्सेस, बंगळुरू
या संस्थेचे सर विश्वेश्वरय्या ३७ वर्षे कार्यकारिणी सदस्य होते.

मध्ये विश्वेश्वरय्या हे म्हैसूरचे मुख्य अभियंता झाल्यावर हा विषय त्यांच्यापुढे मांडण्यात आला, तेव्हा त्यांनी या कामासाठी पुढाकार घेतला. परवानग्या वगैरे नाटक पुढे ४-५ वर्षे चालले. १९१४ साली विश्वेश्वरय्या दिवाण असताना संस्थेचे बांधकाम सुरू झाले.

संस्थापक संचालकांमध्ये त्यांचे नाव सहभागी झाले. ते १९५२ पर्यंत म्हणजे वयाच्या ९२ वर्षांपर्यंत या संस्थेचे संचालक होते. मध्यंतरी १२-१३ वर्षे ते अध्यक्षही होते. व्यवसाय व कारखानदारी यासाठी आवश्यक ते मूलभूत संशोधन करणारी आणि ते संशोधन प्रत्यक्ष वापरायची क्षमता असलेले तज्ज्ञ तरुण निर्माण करणारी ही एक भारतातली अग्रगण्य संस्था ठरली. आजदेखील ही संस्था आपले त्या क्षेत्रातले स्थान व नावलौकिक टिकवून आहे.

मूकबधिर मुलांसाठी शाळा

शरीराने अपंग असणाऱ्या व्यक्तींना शिक्षण देऊन सक्षम बनवावे आणि त्यातून त्यांना स्वावलंबी जीवन जगता यावे, यासाठी १९७२ मध्ये मूकबधिर मुलामुलींसाठी शाळा सुरू केली. इतरही अपंगांसाठी शाळा सुरू करावयाची योजना होती. मात्र ती अपूर्णच राहिली.

बॉम्बे टेक्निकल ॲण्ड इंडस्ट्रिअल एज्युकेशन कमिटी (१९२१-२२)

व्यवसायासाठी लागणारे कुशल अधिकारी, तंत्र सहाय्यक, सुपरवायझर्स, फोरमन अशा व्यक्तींची किती गरज आहे. ही संख्या निश्चित करणे व त्यांना त्या त्या पद्धतीचे शिक्षण उपलब्ध करून देणे, यासाठी परिपूर्ण अहवाल तयार केला. मात्र शासनाने तो स्वीकारूनही अंमलात आणला नाही; पण याच रिपोर्टवर आधारित 'व्यवसायशिक्षण किंवा आय.टी.आय हा अभ्यासक्रम महाराष्ट्रात सुरू झाला.

तंत्रशिक्षण अभ्यासक्रम सुधार समिती

१९३९-४० मध्ये संपूर्ण अभियांत्रिकी अभ्यासक्रम सुधारण्याची गरज निर्माण झाली. त्यासाठी विश्वेश्वरय्यांच्या अध्यक्षतेखाली समिती नेमली व त्यानुसार सर्व अभ्यासक्रम नव्याने रचण्यात आला.

केमिकल इंजिनिअरिंगचा अभ्यासक्रम व कॉलेज

आपल्या स्वतःच्या साधनसामग्रीच्या आधारे कोणते नवे अभ्यासक्रम सुरू करता येणे शक्य आहे हा विचार करण्यासाठी मार्च १९३० मध्ये विश्वेश्वरय्यांच्या अध्यक्षतेखाली एक समिती नेमली. त्यात ७ भारतीय व ३ युरोपियन सदस्य होते. या समितीच्या माध्यमातून 'केमिकल टेक्नॉलॉजी इन्स्टिट्यूट'ची स्थापना करण्याचे ठरविण्यात आले. त्यातून UDCT नावाने ओळखली जाणारी संस्था निर्माण झाली.

स्पर्धा परीक्षा

उत्तम गुणवत्ता असलेले अधिकारी राज्याला मिळावेत; त्याचबरोबर ज्यांच्याजवळ उत्तम गुणवत्ता आहे त्यांना चांगल्या नोकऱ्या मिळाव्यात. यासाठी केवळ गुणवत्तेवर आधारलेली पारदर्शी पद्धत म्हणून म्हैसूर राज्यासाठी स्वायत्त अशी स्पर्धा परीक्षा घ्यायला सुरुवात केली. सर्व नोकरभरती ही केवळ स्पर्धा परीक्षांच्या माध्यमातूनच होईल, अशी कल्पना मांडली, ती सुरुदेखील केली. यशस्वीपणे राबविली आणि रुजविली.

ब्रिटिश भारतात आणि पुढे स्वतंत्र भारतातही MPSC, UPSC या लघुनावाने ओळखल्या जाणाऱ्या स्पर्धा परीक्षांचे मूळ हे विश्वेश्वरय्यांनी रूढ केलेल्या परीक्षांमध्ये आहे.

औद्योगिक प्रशिक्षण संस्था महाराष्ट्र राज्य

१९२१-२२ साली अभ्यास करून विश्वेश्वरय्यांनी निष्कर्ष व आराखडा मांडला होता; तो प्रत्यक्ष अमलात येण्यासाठी १९५५ साल उजेडावे लागले. हे काम स्वायत्त पद्धतीने राबविता यावे यासाठी **'Technical Education Board'** ची स्थापना करवून घेतली. त्यासाठी आर्थिक पाठबळ निर्माण करून दिले. यात महत्त्वाच्या दोन बाबींवर लक्ष केंद्रित केले होते.

अ. उद्योग व व्यवसायाची गरज जाणून घेऊन अभ्यासक्रम निश्चित केला जावा, त्यासाठी त्यांची एक सल्लागार समिती असावी.

ब. काळानुसार व स्थानानुसार तिथल्या स्थानिक गरजा लक्षात घेऊन अभ्यासक्रम आखले जावेत. त्यासाठी ही आखणी लवचीक असावी. ठराविक कालावधीनंतर त्यांचा पुनर्विचार व पुनर्रचना केली जावी.

अशा अनेक कामांमागे 'शिक्षण हा राष्ट्र उभारणीचा पाया आहे. जोपर्यंत सर्वांना गुणवत्तापूर्ण शिक्षण दिले जात नाही तोपर्यंत राष्ट्र समर्थ म्हणून उभे राहूच शकत नाही. अशा शिक्षणातून लोकांना रोजगाराची संधी मिळाली पाहिजे. त्यातून त्यांचा जीवनस्तर सुधारला पाहिजे. जगणे सहज आणि सोपे होत गेले पाहिजे.' हा दृष्टिकोन सतत समोर ठेवून विश्वेश्वरय्या झगडत राहिले.

त्यांनी हा जो दृष्टिकोन नजरेसमोर ठेवून शिक्षणाच्या विकासाचे वेड जपले त्या त्यांच्या विचारसरणीला, दूरदृष्टीला आणि हे घडविण्यासाठी त्यांना जे जे अपार कष्ट करावे लागले, त्या सगळ्यांचे आपण स्मरण ठेवणे व त्यानुसार आपल्या कुवतीत शक्य होईल तेवढे कार्य करणे हीच त्यांची खरी आठवण आहे.

ते म्हणतात, 'नशीब ही देवाच्या इच्छेने दिलेली गोष्ट नाही. ती आपण आपल्या कर्तृत्वाने, आपल्या हातांनी घडवितो. आपल्याला जसे पाहिजे तसे आपण ते घडवू शकतो. मात्र त्यासाठी निश्चित ध्येय डोळ्यासमोर ठेवून न थकता, योग्य दिशेने प्रयत्न करावे लागतील. 'शोधा, शिका, आचरणात आणा' हा मंत्र यशाचा खरा मंत्र आहे. भूतकाळात न रमता, उद्याचा विचार करीत त्या दृष्टीने वर्तमानकाळात जगणे हा विचार समाजात रुजवायला हवा. त्यातून व्यक्तिमत्त्वे विकसित होतील. एक प्रगत विचारांचा विकसित समाज निर्माण होईल! हाच शिक्षणाचा खरा हेतू आहे.''

✦ ✦ ✦

विश्वेश्वरय्यांची दूरदर्शी उद्योजकता

ज्या देशातले ८५ टक्के लोक हे केवळ शेतीवर उपजीविका करतात आणि त्यातली सुमारे १० टक्के सिंचनाची सुविधा असलेली शेती सोडली तर बाकीची शेती ही केवळ पावसाच्या मर्जीवर अवलंबून असते. तो कधी अपुरा पडतो, कधी अवेळी पडतो, कधी ताण देतो, कधी धो धो पडतो अन् झोडपतो. शेवटी निष्कर्ष काय... तर शेतमालाचे नुकसान! त्यामुळे 'जो देश केवळ पावसावर पिकणाऱ्या शेतीवर अवलंबून आहे, त्याची आर्थिक प्रगती होणे शक्य नाही.' या ठाम निष्कर्षापर्यंत विश्वेश्वरय्या पोहोचले. त्यातून बाहेर पडता यावे यासाठी त्यांनी मुख्यत्वे दोन उपाय शोधले.

१) शेतीसाठी शाश्वत पाणी मिळेल याची व्यवस्था करायची. त्यासाठी म्हैसूर राज्यात नव्या जुन्या अशा २५०० अनिकट बंधारे आणि तलावावर त्यांनी **ब्लॉक पद्धत** वापरायला सुरुवात केली.

त्याचबरोबर नाशवंत कृषी मालावर प्रक्रिया करून तो टिकून राहील अशा प्रकारचे उद्योग सुरू करणे आणि शेतीला पूरक असे दुग्ध व्यवसाय, मेंढी -शेळीपालन, कोंबडीपालन, वराहपालन इत्यादी व्यवसाय सुरू करून, पूरक अशी उत्पन्नाची साधने निर्माण करून देणे हा पहिला मार्ग.

२) शिक्षणाच्या माध्यमातून लोकांच्या अंगी असलेल्या कौशल्याला नीटसे व्यावसायिक रूप देणे, त्यातून त्यांना उद्योगनिर्मिती क्षेत्रात नोकरी मिळवून

देणे आणि तेवढ्या कुटुंबांचे शेती व्यवसायावर अवलंबित्व कमी करणे हा दुसरा मार्ग होता.

या दोन्हीपैकी दुसरा मार्ग आधी तपासून पाहू या.

या कामासाठी त्यांनी शिक्षणाच्या माध्यमातून काय काय केले, ते आपण पाहिले. नवे उद्योगधंदे म्हैसूर राज्यात सुरू होणे हे धोरण त्यांनी जलदगतीने अवलंबयाचे ठरविले. त्यातून वेगवेगळ्या प्रकारचे अनेक कारखाने उभे राहिले. त्यातला मुख्य कारखाना म्हणजे **'भद्रावती आयर्न ॲण्ड स्टील फॅक्टरी'**!

भद्रावती आयर्न ॲण्ड स्टील फॅक्टरी

शिमोगा तालुक्यातील भद्रावती हे भद्रा नदीच्या काठावरचे गाव! आजूबाजूच्या डोंगरपरिसरात मोठ्या प्रमाणावर कच्चे लोखंड मिळे; मात्र ते शुद्ध करण्यासाठी लागणारा कोळसा त्या परिसरात मिळत नव्हता. त्यामुळे लोक परंपरागत पद्धतीने पोलाद बनवित, मात्र पोलादाचा कारखाना सुरू करण्यासाठी कोणीही उद्योगपती पुढे आला नाही.

त्या परिसरातल्या जंगलात खूप झाडी होती. त्यापासून कोळसा निर्माण करता येणे शक्य आहे, हे लक्षात आल्यावर विश्वेश्वरय्यांनी त्या दृष्टीने पाऊल पुढे टाकायचे ठरविले.

अमेरिकेच्या सी.पी. पेनीन कंपनीने ७५,००० टन कोळसा लाकडापासून तयार करणे, तसेच त्याचा वापर ३० लाख टन कच्च्या लोखंडावर प्रक्रिया

भद्रावती आयर्न ॲण्ड स्टील फॅक्टरी, शिमोगा

करणे असा प्रकल्प अहवाल तयार करून दिला. त्यावेळी पहिले महायुद्ध सुरू होते. पोलादाला चांगली मागणी होती. भावही चांगला मिळत होता. त्यामुळे सगळीकडेच आनंदाचे वातावरण होते.

कारखान्याचे बांधकाम १९१८-१९ मध्ये सुरू झाले. तोपर्यंत महायुद्ध संपायला आले होते. म्हैसूरमध्ये राजकीय उलथापालथ म्हणजे विश्वेश्वरय्यांनी राजीनामा दिला होता. जागतिक पातळीवर मंदीचे वातावरण होते. पोलादाचे भाव १५१ रुपये टनावरून ५० रुपये टन इतके घसरले होते. शिवाय मागणी नव्हतीच. कृष्णराज सागर धरणाचा दुसरा टप्पा आणि कालव्याची कामे यामुळे खजिनाही रिकामा झालेला होता.

कारखाना बांधून पूर्ण होतोय तोवर १९२४ साल उजेडले अन् वरील जागतिक परिस्थितीचा विचार केला असता कारखाना सुरू करूच नये, तो सरळ भंगार म्हणून विकून टाकावा असा सल्ला कारखाना बांधून देणाऱ्या 'चेस्टरटन' या अमेरिकन कंपनीने दिला.

हा कारखाना जर असाच बंद पडला असता अगर भंगारात काढला असता, तर नव्या येणाऱ्या कारखान्यांचा मार्गच बंद झाला असता. त्यामुळे कृष्णराज महाराजांना हा निर्णय मान्य नव्हता. शेवटी त्यांनी विश्वेश्वरय्यांना बोलाविले. त्यांना या प्रकल्पाचे चेअरमनपद दिले. त्यांनीही एक आव्हान म्हणून ते स्वीकारले.

खर्चात कपात व उत्पादनात वाढ हा मंत्र डोळ्यासमोर ठेवून त्यांनी सर्व परदेशी तज्ज्ञांना परदेशी परत पाठवून दिले. स्थानिक लोकांना-तंत्रज्ञांना विश्वासात घेतले. त्यांच्यावर जबाबदारी टाकण्याची तयारी दर्शविली.

कच्चे लोखंड डोंगरावर काढून ट्रकने कारखान्यात वाहून आणण्याऐवजी डोंगरावरून एक मोठा कन्व्हेअर बेल्ट बसविला. त्यावरून एका ठराविक ठिकाणी हे कच्चे लोखंड एकत्र करून डोंगर उतारावरून ढकलून देऊन कारखाना परिसरात येईल अशी व्यवस्था केली. वाहतूक खर्चात बचत केली.

जंगलातील लाकडापासून कोळसा बनविण्यास सुरुवात केली. बाहेरून कोळसा आणण्यावर बंधन घातले. ही प्रक्रिया व्यवस्थित अमलात आणण्यामध्ये काही महिने लागले.

कोळशाची जी भुकटी उरली, त्यापासून कॅल्शिअम कार्बाइडची निर्मिती सुरू केली. या कामातही त्यांना अनेक अडचणी आल्या. त्यावर शांत डोक्याने मात केली. काही महिने/वर्षे नफा नाही मिळाला तरी चालेल; पण उत्पादन खर्च निघायला हवा; कारखाना सुरू राहायला हवा हे धोरण ठेवले. कारखान्याजवळच भद्रा नदीवर धरण बांधून तिथून बाराही महिने वीज मिळत राहील, अशी व्यवस्था केली.

नुसत्या पोलादाला मागणी नव्हती तेव्हा त्याचे पाइप बनवायला सुरुवात केली. कास्ट आयर्नचे उत्पादनही सुरू केले. परदेशात दौरा करून आपला लाकडापासून तयार केलेला कोळसा अमेरिका व स्वीडनला निर्यात करायला सुरुवात केली. कॅल्शिअम कार्बाइड जपानला विकले. सर्व तयार पाइपचा स्टॉक युरोपला निर्यात केला.

या सगळ्या प्रक्रियेतून कारखाना हळूहळू सावरला. तोटा कमी होत गेला. अखेर १९३४ मध्ये 'शून्य तोटा' या अवस्थेत कारखाना आला. कारखान्याचा आराखडा तयार करणारे इंजि. पेनीन यांनी 'विश्वेश्वरय्यां'चे या कामाबद्दल खास अभिनंदन केले. *"हे फक्त तुम्ही होतात म्हणूनच घडू शकले."* अशी तारही केली. अमेरिकन वृत्तपत्रांनी भारतात नवा *हेन्री फोर्ड* जन्माला आला आहे. त्याचे नाव आहे विश्वेश्वरय्या. असे मथळे छापून त्यांच्या या कार्याचा जगातिक पातळीवर गौरव केला.

१९६० साली पंतप्रधान पं. नेहरू यांनी भद्रावती कारखान्याला नवे नाव दिले व तो **'विश्वेश्वरय्या आयर्न ॲण्ड स्टील फॅक्टरी'** म्हणून ओळखला जाऊ लागला. आजही याच नावाने तो कार्यरत आहे.

अ) कृषी आधारित कारखाने

१. **रेशीम व रेशमी वस्त्रनिर्मिती**- तुतीची खास लागवड करवून रेशीम किडे पोसणे, त्यातून रेशीम निर्माण करणे व रेशमी वस्त्रनिर्मितीचा उद्योग ग्रामपातळीवर रुजविण्याचे काम त्यांनी केले. या वस्त्रोद्योगातून म्हैसूर रेशमी साड्या हा प्रकार भारतभर लोकप्रिय झाला आणि आजही लोकप्रिय आहे.

२. **मधमाशा पालन** - मधमाशा पालनाचे शास्त्रीय प्रशिक्षण देऊन त्यातून मध आणि मेणनिर्मितीचा उद्योग लोकप्रिय करविला.

३. **दूध व्यवसाय** - ग्रामीण महिलांना आर्थिक स्वावलंबन मिळावे म्हणून गाई तसेच म्हशी विकत घेण्यासाठी कर्ज दिले. दूध संकलनाची व शहरातून विक्रीची सहकारी तत्त्वावर व्यवस्था केली.

४. **शेळी- मेंढीपालन, कोंबडी, ससे, वराहपालन** - एकेकट्याने करावयाचे हे छोटे-छोटे उद्योग आहेत. एकत्रितरीत्या येऊन समूहाने व्यवसाय करणे; तसेच एकट्याने व्यवसाय करून एकट्याने विक्री व्यवसायास ते पुरविणे यातून ग्रामीण भागात पैसा खेळू लागला. ही कामे करण्यासाठी इच्छुक व्यक्तींना बँकाकडून छोटी कर्जे तसेच हंगामी कर्जे द्यायला सुरुवात केली.

५. **साखर उद्योग** - कालव्याच्या पाण्यामुळे उसाचे पीक घेता आले. त्यातून साखर कारखाने उभे राहिले.

६. **कागदनिर्मिती उद्योग** - जंगलातला बांबू वापरून उत्तम दर्जाचा कागद तयार करण्याचे कारखाने स्थापन केले.

७. **भात सडाई उद्योग** - हातसडीचे तांदूळ घरोघरी तयार करण्याचे छोटे उद्योग स्थापन झाले.

८. **कातडी वस्तूनिर्मिती** - कातडी कमावणे तसेच त्यापासून विविध वस्तू निर्माण करण्याचे उद्योग स्थापन करण्यात आले.

९. **साबणनिर्मिती** - म्हैसूर भागात चंदनाचे उत्पादन भरपूर असते. त्यातून *चंदनी तेल* तसेच *चंदनी साबणनिर्मिती* हा उद्योग सुरू झाला.

१०. **लाकडी खेळण्यांची निर्मिती** - श्रीरंगपट्टण परिसरात चांगले टणक व खास लाकूड हे मोठ्या प्रमाणावर मिळे. त्यातून 'रामनगर' हे खेळणी निर्मितीचे गावच तयार झाले.

११. **पुस्तकनिर्मिती उद्योग** - स्वतःचाच कागद मिळू लागल्याने कन्नड भाषेत विविध विषयांची पुस्तके निर्माण करणे हा उद्योग चांगलाच फोफावला. अर्थात हे सगळे एकट्या विश्वेश्वरय्यांनी केले नाही. मात्र त्यांनी हे करता येणे शक्य आहे हा दृष्टिकोन दिला. तशी लोकांना हिंमत दिली. बँकेकडून पैशाची हमी दिली. लोकांना हे हवेच होते. फक्त मार्ग सापडत नव्हता. तो मार्ग विश्वेश्वरय्यांनी दाखविला. त्यातून हा मोठा बदल घडून आला.

अकृषिक उद्योग

अ) लाकडापासून कोळसा निर्मिती : युरोपात व अमेरिकेत अशा पद्धतीने कोळसा तयार होत असे. मात्र भारतात ही पद्धत विश्वेश्वरय्यांनी सुरू केली. ही कोळसानिर्मिती इतकी किफायतशीर झाली की, जहाजाने वाहतूक करून म्हैसूर राज्यातला हा कोळसा युरोपात व अमेरिकेत विकता आला.

ब) विविध प्रकारची लोखंडनिर्मिती - शुद्ध लोखंडाबरोबर, स्टील आयर्न, कास्टआयर्न, पिग आयर्न, रॉट आयर्न तसेच या मिश्र धातूंपासून पाइपनिर्मिती असे अनेक उद्योग सुरू केले. बाकी कोळशाच्या भुकटीचा वापर करून कॅल्शिअम कार्बाइडची निर्मिती सुरू केली व ते सगळे उत्पादन (अगदी १०० टक्के) जपानला निर्यात करायला सुरुवात केली.

क) वीजनिर्मिती - जलविद्युत ही एक स्वच्छ आणि स्वस्त प्रकारची वीज! विश्वेश्वरय्या यांनी शिवसमुद्रम, भद्रा धरण, जोग धबधबा तसेच

'हिंदुस्थान एअरक्राफ्ट्स' या नावाने बंगलोर येथे शेठ वालचंद हिराचंद यांच्या पुढाकाराने विमाननिर्मितीचा कारखाना सुरू करविला.

कृष्णराजसागर येथूनही जलविद्युत निर्मिती सुरू केली. गिरसप्पा येथील धबधब्यावरही ती सुरू करायची होती; पण ती राहून गेली. हे सगळे करताना व्यवस्थापनाची एक पद्धत रूढ केली. कारभार पारदर्शी व्हावा म्हणून सर्व विभागीय प्रमुखांच्या रोज बैठकी व्हाव्यात ही पद्धत करून दिली. आज आपण जपानी व्यवस्थापनाची स्तुती करतो. ती चांगली आहेच; पण आपल्याच देशातली ही विश्वेश्वरय्यांची व्यवस्थापनाची पद्धत विसरतो.

कोणतेही काम करताना गुंतवणूक व उत्पादकता यांचा Cost Benefit Ratio (किमतीतून मिळणाऱ्या फायद्याचे गुणोत्तर) अभ्यासायला काटेकोरपणे सुरुवात केली. अगदी रस्ते, रेल्वे, धरण, कालवे या कामांसाठीही हे गुणोत्तर तपासायला सुरुवात केली. त्यातून म्हैसूर राज्याचा चौफेर विकास होऊ

लागला. त्यामुळेच विश्वेश्वरय्यांचा दिवाण पदाचा काळ आणि त्यानंतरची सुमारे १५ वर्षे हा म्हैसूरचा 'सुवर्णकाळ' मानला जातो.

ड) विमाननिर्मिती व वाहननिर्मिती उद्योग - हे दोन्ही उद्योग भारतात सुरू व्हावेत म्हणून त्यांनी ६ वेळा परदेश दौरे केले. या व्यवसायांच्या स्थितीचा बारीकसारीक अभ्यास केला. अमेरिकेत नायगारा धबधबा पहायला गेले; पण तिथले निसर्गसौंदर्य पहायला नव्हे तर तिथली विद्युतनिर्मिती बघायला व तिथला अभ्यास करायला केवळ त्यासाठीच ते तेथे गेले होते. या सहा दौऱ्यांमधून 'हिंदुस्थान एअरक्राफ्टस्' ही विमाननिर्मिती कंपनी निर्माण झाली. बंगलोर येथे सेठ वालचंद हिराचंद यांनी ती सुरू केली. त्यांनीच मुंबईजवळ *प्रीमियर ऑटोमोबाइल* हा कारनिर्मितीचा कारखाना सुरू केला.

जहाज निर्मितीही सुरू करावयाचा त्यांचा प्रयत्न होता. मात्र ब्रिटिश शासनाने या गोष्टीत सुरुवातीला सहकार्य करण्यात उत्सुकता दाखविली आणि शेवटी तो कारखाना ऑस्ट्रेलियात सुरू केला. अशारीतीने हा प्रयत्न हुकला.

बँक ऑफ म्हैसूर (१९१३)
भारतीयांनी भारतीयांसाठी सुरू केलेली पहिली बँक

या सर्व प्रकारात विश्वेश्वरय्यांनी एक विचार केला. एक दिशा दाखविली. एकेका उद्योग शाखेचे महत्त्व समजावून सांगितले. त्यासाठी स्वतः जगभर फिरले. उद्योगपतींना फिरायला लावले. अनुभव घ्यायला लावले आणि त्यानंतर त्या सर्व प्रक्रियेतून अलगदपणे बाजूला झाले. ते तिथे होतेही अन् नव्हतेही. त्यांच्या नावाचे फलक वगैरे कुठेही दिसत नाही. असे 'इद्‌म न मम्' म्हणून ते जगले.

अर्थव्यवस्थापन

वर उल्लेखलेले शिक्षण तसेच उद्योग व व्यवसाय क्षेत्रातली कामे करावयाची तर त्यासाठी पैसा हवा! हमखास पैसा उपलब्ध करून देईल अशी संस्था हवी. त्यासाठी स्वतःची बँक हवी.

१९१३ साली स्वतःच्या राज्याची बँक स्थापन केली - तिचे नाव बँक ऑफ म्हैसूर! बडोद्याची बँक ऑफ बडोदा आणि बँक ऑफ म्हैसूर या दोन्ही बँका काही आठवड्याच्या अंतराने स्थापन झाल्या. या दोन्ही बँका म्हणजे त्या त्या संस्थानची दूरदृष्टी दाखवितात.

या बँकेच्या माध्यमातून अनेक कल्पना साकार करता आल्या.

- शेतकऱ्यांना हंगामी पीक कर्ज देणे.
- लघुउद्योग व कुटीरोद्योगांना प्रोत्साहन देणे.
- महिलांना छोट्या उद्योगासाठी पैसा उपलब्ध करून देणे.
- कृषीप्रक्रिया उद्योगनिर्मितीला कर्ज मिळवून देणे.
- कृषी पूरक उद्योगांना प्रोत्साहन व अर्थसहय्य देणे.
- दुग्धव्यवसाय, पोल्ट्री, वराहपालन, मधमाशापालन, रेशीमउद्योग यासाठी छोटी कर्जे देणे.
- मोठे कारखाने उभारण्यासाठी निधी मिळवून देणे.
- शेतकऱ्यांनी एकत्र येऊन उद्योग-व्यवसाय करावेत. त्यासाठी त्यांच्या पतसंस्था निर्माण करणे व बँकेच्या माध्यमातून त्या सबल करणे.

- उच्चशिक्षणासाठी विद्यार्थ्यांना संस्थानाबाहेर/परदेशात जाण्यासाठी कर्ज मिळवून देणे.

अर्थ परिषद (बोर्ड ऑफ इंडस्ट्रीज)

या सर्व कामासाठी एक चांगले वातावरण तयार व्हावे, एकत्र येऊन आपापले प्रश्न सोडविण्यासाठी एक व्यासपीठ तयार व्हावे म्हणून Economic Council ही अर्थविषयक काम करणारी संस्था सुरू केली. सर्व लहान-मोठे उद्योजक, शिक्षणतज्ज्ञ, अर्थतज्ज्ञ यांना त्या परिषदेत सहभागी करून घेतले. ही संस्था पुरेशी सक्षम होत नाही तोपर्यंत तिचे अध्यक्षपद भूषविले. दरवर्षी संस्थेची अधिवेशने भरवली. त्यातून संपूर्ण उद्योगीकरणाला एक दिशा देण्याचा प्रयत्न केला.

देशाचा आर्थिक विकास या विषयावर १४ पुस्तके लिहिली. त्यातून हाच विचार प्रकर्षाने पुढे मांडला. तरुणांपुढे व विद्यार्थ्यांपुढे दरवर्षी हा विषय मांडून जागृतीसाठी प्रयत्न केले. स्थानिक परिस्थितीचा आणि उपलब्ध असणाऱ्या साधनसामग्रीचा विचार करून ठिकठिकाणी उद्योग सुरू व्हावेत, त्यातून रोजगारनिर्मिती व्हावी, सामान्य माणसाला रोजगार मिळावा, त्यांचे उत्पन्न वाढावे, संपूर्ण खेड्यांचाच आर्थिकस्तर सुधारावा, हा त्यामागचा मूळ हेतू व विचार होता.

१९१२ ते १९१८ या कालावधीत त्यांनी या सर्व योजना तयार केल्या आणि राबविल्या. आज जवळजवळ शंभर वर्षांनंतरही त्यांची पुन्हा एकदा गरज भासावी. यातच त्यांचे योगदान किती महत्त्वाचे होते, हे लक्षात येते.

एक शिक्षणतज्ज्ञ, एक उद्योजक, एक अर्थविचार तज्ज्ञ, एक व्यवस्थापन तज्ज्ञ, एक द्रष्टा विचारवंत, एक सामान्य माणसाच्या भल्याचा रात्रंदिवस विचार करणारा आणि काळाच्या पुढे ५० वर्षे पाहणारा माणूस ही त्यांची ओळख क्षणोक्षणी जाणवत राहते.

या सगळ्यातून 'ज्ञान ही एक शक्ती आहे जी जोपासावी लागते. एकमेकांच्या साहाय्याने संयुक्तरीत्या प्रयत्नदेखील एक सामाजिक शक्ती आहे, ती वाढवावी लागते. तर प्रयत्नपूर्वक शहरे वसवावी लागतात. त्यात उद्योगांचा प्राण फुंकावा लागतो अन्यथा ती शहरे म्हणजे केवळ लोकांच्या वस्त्या ठरतात.

हे सगळे करण्यासाठी त्यांनी अहोरात्र प्रचंड मेहनत घेतली. आपला सर्व वेळ नियोजनबद्ध रीतीने 'सामान्य माणसाचे हित' या एकाच विषयाला वाहिला. वेळेबाबत अत्यंत काटेकोरपणा, आर्थिकबाबतीत ८०० टक्के निःस्पृहपणा, काम संपल्यावर तिथून अगदी सहजपणे निघून जाणे वा निवृत्त होणे हे त्यांना जमू शकले. त्यातूनच ते वयाच्या ८५ वर्षांपर्यंत कार्यरत राहू शकले.

"सतत काम करीत राहणे म्हणजेच जीवन आहे. ज्यादिवशी तुम्ही कोणतेही काम करणार नाही त्यादिवशी तुम्हाला जेवण करण्याचाही अधिकार नाही." ह्या विचाराने ते नडले. त्यातूनच दारिद्र्यात खितपत पडले. पाश्चात्त्यांनी मरणासन्न पूर्व' म्हणून हिणवलेला भारत देश पूर्ववत वैभवसंपन्न कसा करता येईल आणि त्यात राहणाऱ्या लोकांचे जीवन समृद्ध व सुखी कसे होईल हाच विचार सतत केला.

आम्ही मागे पडलो, का? तर शिकलो नाही म्हणून! का शिकलो नाही, तर संधीच मिळाली नाही म्हणून! का संधी मिळाली नाही तर तशा सोयीच नव्हत्या म्हणून! सोयी का निर्माण केल्या नाहीत तर तसा प्रयत्नच झाला नाही म्हणून का तसा अधिकारच नव्हता म्हणून!

या 'नाही-नाही'च्या दुष्टचक्रातून बाहेर पडावे यासाठी शिक्षण हे केंद्रस्थानी ठेवून त्याचा उपजीविकेचे साधन निर्माण करण्यासाठी उपयोग करावयाचा आहे, हे गृहीत धरून 'या 'नाही'च्या मनःस्थितीतून देशाला बाहेर काढणे आणि स्वतःतले सामर्थ्य स्वतःलाच ओळखायला शिकविणे' हा त्यांचा विचार होता.

त्यासाठी ग्रामीण भागाचा विकास, तिथे उद्योगीकरण, त्या उद्योगीकरणासाठी यंत्र शक्तीचा वापर या विचाराचा त्यांनी हिरिरीने पुरस्कार केला. त्यासाठी १४ हून अधिक पुस्तके लिहिली. (यादी परिशिष्टात दिलेली आहे.) त्यातून एका नियोजनबद्ध राष्ट्राच्या प्रगतीचा एक 'ब्लू प्रिंटच' समोर सादर केला.

'लोकांच्या हातांना काम, कामातून उत्पादन वाढ व राहणीमान उंचावणे, वाढलेल्या राहणीमानातून एका सक्षम आणि सुदृढ राष्ट्राचा विकास साधणे, त्यातूनच देशाच्या संरक्षणाच्या जाणिवांची जपणूक' हा विकासाचा एक कायमचा मूलमंत्र त्यांनी देशाला दिला. स्वतः तो आचरणात आणून एक आदर्श निर्माण करून ठेवला.

विकासाच्या कामांचे नियमन करताना दीर्घकालीन उपाय आणि तातडीच्या उपाययोजना अशा दोन्ही पद्धतीने स्वतंत्रपणे विचार करावयाचा मार्ग अनेकदा ठासून मांडला. *'शिक्षणाविना सारेच अपूर्ण.'* या विचाराचा आयुष्यभर पाठपुरावा केला. त्यासाठी पुरेसे आर्थिक साहाय्य शासनाने आपल्या अंदाजपत्रकातच ठेवावे, हाही प्रयत्न केला.

वैभवसंपन्न भारताचा ध्यास...

आम्ही मागे पडलो. का? तर शिकलो नाही म्हणून! का शिकलो नाही, तर संधीच मिळाली नाही म्हणून! का संधी मिळाली नाही, तर तशा सोयीच नव्हत्या म्हणून! सोयी का निर्माण केल्या नाहीत, तर तसा प्रयत्नच झाला नाही म्हणून! का तसा अधिकारच नव्हता म्हणून!

या 'नाही-नाही'च्या दुष्टचक्रातून बाहेर पडावे यासाठी शिक्षण हे केंद्रस्थानी ठेवून त्याचा उपयोग उपजीविकेचे साधन निर्माण करण्यासाठी करावयाचा आहे. हे गृहीत धरून या 'नाही'च्या मनःस्थितीतून देशाला बाहेर काढणे आणि स्वतःतले सामर्थ्य स्वतःलाच ओळखायला शिकविणे हा त्यांचा विचार होता.

त्यासाठी ग्रामीण भागाचा विकास, तिथे उद्योगीकरण, त्या उद्योगीकरणासाठी यंत्रशक्तीचा वापर या विचाराचा त्यांनी हिरिरीने पुरस्कार केला. त्यासाठी १४ पेक्षा अधिक पुस्तके लिहिली. (यादी परिशिष्टात दिलेली आहे.) त्यातून एका नियोजनबद्ध राष्ट्राच्या प्रगतीचा एक 'ब्लू प्रिंटच' समोर सादर केला.

'लोकांच्या हातांना काम, कामातून उत्पादनवाढ व राहणीमान उंचावणे, वाढलेल्या राहणीमानातून एका सक्षम आणि सुदृढ राष्ट्राचा विकास साधणे. त्यातूनच देशाच्या संरक्षणाच्या

जाणिवांची जपणूक' हा विकासाचा एक कायमचा मूलमंत्र त्यांनी देशाला दिला. स्वतः तो आचरणात आणून एक आदर्श निर्माण केला.

विकासाच्या कामांचे नियमन करताना दीर्घकालीन उपाय आणि तातडीच्या उपाययोजना अशा दोन्ही पद्धतीने स्वतंत्रपणे विचार करावयाचा मार्ग अनेकदा ठासून मांडला. *'शिक्षणाविना सारेच अपूर्ण'* या विचाराचा आयुष्यभर पाठपुरावा केला. त्यासाठी पुरेसे आर्थिक साहाय्य शासनाने आपल्या अंदाजपत्रकातच ठेवावे, हाही प्रयत्न केला.

पंचवार्षिक योजनेचा मूळ विचार

जगभरात नियोजनबद्ध पद्धतीने सामान्य माणसाला विकास करता येईल हा विचार 'कार्ल मार्क्स्' यांनी आपल्या The Capital या ग्रंथातून १८व्या शतकातच मांडला. मात्र तो ग्रंथात तसाच राहिला.

विश्वेश्वरय्यांनी हा ग्रंथ वाचला होता की नाही ते उल्लेख मिळाले नाहीत. मात्र देशाच्या संपूर्ण प्रगतीसाठी समयबद्ध कार्यक्रम आखायला हवा. तातडीची कामे आणि अत्यंत महत्त्वाची व दीर्घकाळ चालणारी कामे असे त्याचे वर्गीकरण करायला हवे. तातडीच्या गरजेच्या कामांचाही अग्रकम ठरवायला हवा. त्यानुसार दर पाच-पाच वर्षांची कामे हातात घेऊन ती तातडीने पूर्ण करायला हवीत. त्यासाठी वेळेत पैसा उपलब्ध होईल असे नियोजनही करायला हवे, असे स्पष्टपणे प्रतिपादन केले.

जी दीर्घकाळ चालणारी कामे असतात त्यांच्यासाठी दशवार्षिक पद्धतीचे नियोजन करावे. त्याचे पूर्ण आराखडे व आर्थिक गरजा निश्चित करावयास जी भांडवली गुंतवणूक केली जाईल त्याचा परतावा कसा येईल हा हिशोबही मांडणारे Cost Benefit Ratio काढावा व तपासून पाहावा हे मुद्दाम उल्लेखले. स्वत केलेल्या कामांचा अगदी कृष्णराजसागरसारख्या मोठ्या धरणांच्या कामाचा Cost Benefit Ratio काढून तो जाहीरपणे लोकांसमोर मांडला.

अशा पद्धतीने देशाच्या सर्वांगीण प्रगतीसाठी पंचवार्षिक योजना आणि मोठ्या प्रदीर्घ काळ चालणाऱ्या कामांसाठी Carry Over पद्धतीची दशवार्षिक योजना ही संकल्पना मांडली. Reconstructing India या आपल्या पुस्तकातून १९२० मध्येच त्या सर्व गोष्टींचा सविस्तर आढावा घेतला.

भारताचे स्वातंत्र्य अद्याप खूप दूर होते. मात्र त्यासाठी पूर्वतयारीचा विचार त्यांनी राष्ट्रासमोर ठेवला व विचारवंतांना गदगदा हलवून जागे केले. अशी अंमलबजावणीची लिहून दिशा ठेवणारे ते पहिलेच!

रशियात १८१८ मध्ये राज्यक्रांती झाली - स्थिरावली. त्यानंतर पंचवार्षिक योजना या पद्धतीने देशाच्या विकासाचा विचार 'मार्क्सवादावर आधारित पंचवार्षिक योजना पद्धतीने अमलात आणण्याचे रशियाने ठरविले आणि १९२८ मध्ये रशियात या पद्धतीने सुरुवात केली.

स्वातंत्र्यप्राप्तीनंतर पं. नेहरू आणि आपल्या अनेक लोकनेत्यांवर या रशियाच्या डाव्या विचारसरणीचा प्रभाव होता. त्यामुळे आपणही ती पद्धत स्वीकारावी, मात्र या विचारांचे बीज १८२० मध्ये विश्वेश्वरय्यांनी लिहून ठेवलेल्या Reconstructing India या ग्रंथात आहे. हा विचार फारसा कुणीही पुढे आणला नाही व मांडला नाही. मात्र तरीही समयबद्ध विकास, आराखडा म्हणजेच पंचवार्षिक योजना याचे श्रेय विश्वेश्वरय्यांकडेच जाते. तसे लेखी पुरावे असल्याने ते कुणालाही नाकारता येत नाही.

त्यानंतरच्या Nation Building Prosperity Though Industry, Planned Economy it india Reconstructing of Post War India, Nation Building Plan of India.

अशा अनेक ग्रंथांतून त्यांनी या विचारांचा पाठपुरावा केला. एकेक मुद्दा विस्तृतपणे मांडला. समजावून सांगितला.

१९२० ते १९५७ एवढ्या प्रदीर्घ काळापर्यंत ते या मुद्द्यावर सतत लिहीत होते. बोलत होते. आपले विचार मांडीत होते. म्हैसूर चेंबर ऑफ कॉमर्स अध्यक्षपदावरून दरवर्षीच्या मेळाव्यात अध्यक्षीय भाषण होई. त्यात ते जवळ जवळ सातत्याने पंचवीस वर्षे हा विषय प्रतिपादन करीत होते.

त्यातूनच त्यांच्यातील अर्थतज्ज्ञ व नियोजनकर्ता या एका वेगळ्या पैलूची आपल्याला ओळख होते.

परदेश दौरे

'आमचे पूर्वज किती मोठे होते यावर विचार करत बसणे मला मान्य नाही. आम्हाला आज मोठे व्हायचे आहे. उद्याचा विचार समोर ठेवून वर्तमानकाळात जगायचे आहे.' त्यासाठी ज्यांनी आपली आर्थिक उन्नती करून घेतली त्या पाश्चात्त्य देशांची विशेषतः अमेरिका, कॅनडा, युरोप, रशिया आणि पूर्वेचा जपान यांचा आदर्श समोर ठेवायचा आहे. या विचाराने त्यांनी सहा वेळा परदेश दौरे केले. या दौऱ्यातील आपल्या निरीक्षणातून व अभ्यासातून जे ज्ञान मिळविले, त्याचा देशाच्या विकासासाठी पंचवार्षिक योजना आखून कसा विचार करायला हवा हा विचार देशासमोर मांडला. त्यातून *शोधा-शिका-कार्यरत व्हा* हा यशाचा मूलमंत्र दिला. आपल्या मनगटाच्या जोरावर

वाहननिर्मिती उद्योग भारतात आणावा म्हणून केलेला परदेश दौरा (१९४६) सोबत शिष्टमंडळातील अन्य सदस्य

आणि मनाच्या दृढनिश्चयावर विश्वास ठेवून स्वतःचे नशीब व भविष्य घडविण्याचा मार्ग अनेकदा ठासून मांडत राहिले. त्यातून Industrialise or Perish हा विचार पुस्तकरूपातही मांडला.

ते सहा वेळा परदेशात गेले. एकदाही केवळ गंमत म्हणून आरामासाठी किंवा चैनीसाठी गेले नाहीत. त्यांचा प्रत्येक दौरा हा अभ्यासदौरा होता.

पहिला दौरा - १८९८ मध्ये केलेल्या दौऱ्यात ते जपान, युरोपातील स्वीडन, डेन्मार्क, हॉलंड, रशिया, फ्रान्स व इंग्लंड आणि अमेरिकेत गेले. एकूण सुमारे ११ महिने ते या देशांमध्ये होते. हा त्यांचा दौरा म्हणजे एक अभ्यासदौरा होता. त्यातून My Tour to Japan हे पुस्तकही लिहिले होते. मात्र ते हस्तलिखितच गहाळ झाले.

दुसरा दौरा - १९०८ मध्ये युरोप, अमेरिका व कॅनडा असा ७ महिन्यांचा दौरा झाला. त्यात त्यांनी पाणीपुरवठा, ड्रेनेजपद्धत, धरणे, कालवे, सिंचनप्रणाली हा अभ्यास केला.

तिसरा दौरा - १९१९ मध्ये त्यांनी शिक्षण उद्योग व व्यापार यांचा आकडेवारीसह अभ्यास केला. कागद आणि सिमेंट निर्मितीच्या कारखान्यांचा विशेष अभ्यास केला. शिक्षणासाठी हॉर्वर्ड विद्यापीठाला भेट देऊन तिथला तपशील मिळविला.

चौथा दौरा - १९२६ मध्ये समुद्रात भराव टाकून नवी जमीन निर्माण करणे या विषयाचा अभ्यास करण्यासाठी शासनाने त्यांना पाठविले. त्यातूनच पुढे पोलाद उद्योग, ऊर्ध्वपतनातून लाकडापासून कोळसानिर्मिती आणि जलविद्युत (नायगारासह) यांची निरीक्षणे घेतली.

दौरा पाचवा - १९३५ मध्ये मोटार वाहननिर्मिती उद्योगाच्या अभ्यासासाठी हा खास दौरा केला. सुमारे ६ महिने ते इंग्लंड, इटली, फ्रान्स, कॅनडा व अमेरिकेत फिरले. विविध कारखान्यांना भेटी दिल्या. भारतात कशा प्रकारच्या मोटारनिर्मितीचा उद्योग चालू शकेल, हा त्यांचा या दौऱ्यातील अभ्यासविषय होता.

दौरा सहावा - १९४६ मध्ये आठ भारतीय उद्योगपतींचे शिष्टमंडळ घेऊन ते दौऱ्यावर गेले. त्यातून आठही जणांनी आपापली टिपणे तयार केली. ब्रिटिश ट्रेड फेअरला भेट दिली. सुमारे ३० पानांचा 'मोटार वाहन निर्मिती' बद्दलचा अहवाल तयार केला.

अशारीतीने सहा वेळा परदेशात केवळ अभ्यासासाठी जाणे हेही दुर्मीळच! विश वेश वरय्यांचे वैशिष्ट्य असे की, त्यांनी हे सगळे अनुभव तपशीलवारणे संपूर्ण आकडेवारीसह लिहून ठेवले व एक मोठे अभ्यासाचे साधन उपलब्ध करून ठेवले.

विश्वेश्वरय्यांची गुणवैशिष्ट्ये

विश्वेश्वरय्यांच्या विविध गुणांमुळे जगभरात त्यांच्या नावाचा एक दरारा होता. ही गोष्ट आहे अमेरिकेतल्या १९४६ च्या दौऱ्याची! आठ जणांचे शिष्टमंडळ घेऊन ते मोटारवाहन उद्योगाच्या पाहणीसाठी गेले होते. आठ जण एके ठिकाणी उतरले होते, तर विश्वेश्वरय्या दुसऱ्या ठिकाणी होते. विश्वेश्वरय्यांना मीटिंगच्या जागी जाण्यासाठी १०.३० वाजता ट्रेन होती.

ते स्टेशनवर गेले आणि त्यांना कळाले की, काही कारणामुळे ट्रेन रद्द झालेली आहे. ते लगेच स्टेशनमास्तरकडे गेले आणि म्हणाले, "मी भारताचा अधिकृत प्रतिनिधी म्हणून तुमच्या देशात आलो आहे. माझी ११.०० वाजता मीटिंग आहे. तुम्ही ट्रेन रद्द करून जणू माझी मीटिंगच रद्द करीत आहात. हा केवळ माझा नव्हे तर माझ्या देशाचा अपमान आहे. एक तर माझी मीटिंगच्या स्थानी जाण्याची त्वरित व्यवस्था करा, अन्यथा मला तुमच्या राष्ट्राध्यक्षांशी बोलावे लागेल." त्यांचे हे खडे बोल ऐकताच स्टेशनमास्तर हादरले. त्यांनी विश्वेश्वरय्यांसाठी एक डब्याची गाडी सोडण्याची व्यवस्था केली आणि ते केवळ १ मिनिट उशिरा मीटिंगला पोहोचले.

आपला व आपल्या राष्ट्राचा आत्मसन्मान जपण्याचा हा प्रयत्न! हा सद्‌गुण सर्वांनी जोपासायला हवा. मात्र आजतरी तो फारच क्वचित ठिकाणी पहायला मिळतो. त्यांचे अभियांत्रिकी विषयावरचे प्रभुत्व हे तर जगाला आश्चर्यात टाकणारे होते. विशाखापट्टण या बंदरात कायम मोठ्या लाटा येत. त्यामुळे किनाऱ्याची धूप होई. या कारणाने तो किनारा बंदर म्हणून सुरक्षित वाटत नसे. बांधून काढायचे म्हटले तर लक्षावधींचा खर्च येणार होता. नौदलाने विश्वेश्वरय्या यांना विचारले. त्यांनी नौदलाकडे दोन भंगार झालेल्या... बुडाल्या तरी चालतील अशा बोटी मागितल्या. ठराविक ठिकाणी त्या समुद्राच्या पाण्यात बुडविल्या. त्यातून लाटांसाठी एक मोठा अडथळा निर्माण झाला आणि लाटा येणे बंद झाले.

असाच एक अनुभव सोलापूरचा आहे. तिथे एक सिनेमा थिएटर बांधले गेले. बांधून झाल्यावर लक्षात आले की, येथे प्रचंड प्रमाणात प्रतिध्वनी येतोय. आर्किटेक्टने सांगितले ॲकॉस्टिक्ससाठी काम करून घ्यावे लागेल. त्यासाठी काही लाख रुपये लागतील. ही घटना सन १९५०च्या आसपासची असेल, त्यावेळी कुणीतरी विश्वेश्वरय्यांना निरोप दिला.

मुंबई-बंगलोर जाताना ते सोलापूरला उतरले. थिएटरची पाहणी केली. वेगवेगळ्या आकाराचे, वेगवेगळ्या व्यासाचे तोंड असलेले २४ माठ मागविले. चोवीस माणसांना ते हातात धरून ठराविक ठिकाणी- वेगवेगळ्या उंचीवर उभे केले आणि काय आश्चर्य-प्रतिध्वनी पूर्णपणे नष्ट झाला. अवघ्या शंभर रुपयांपेक्षाही कमी पैशात तो प्रश्न सुटला. त्यानंतर ते माठ त्याच्या ठिकाणी भिंतीत पक्के रोवून घेतले... बस झाले.

असे हे विश्वेश्वरय्या! एरवी गंभीर असत. मात्र जेवणाच्या टेबलावर बसले की, जी माणसे दिवसभरात भेटली, त्यांची छानशी नक्कल करून दाखवित. नातवंडांना हसवीत. कुणासमोरही जाताना नीटनेटका पोशाख करूनच गेले पाहिजे हा त्यांचा शिरस्ता! वयाच्या ९९व्या वर्षी ते खूपच आजारी पडले. जवळजवळ अंथरुणातच झोपून होते. मात्र कुणीकुणी मंडळी

भेटायला येणार म्हणून अगदी कोट, टाय, पगडीसह सर्व पोशाख घालून ते अंथरुणात झोपत असत.

नव्वदीनंतर त्यांचे फिरायला जाणे, हा लोकांच्या मनोरंजनाचा विषय होता. हातात काठी घेतलेले विश्वेश्वरय्या, शेजारी डोक्यावर छत्री धरणारा एक सेवक, त्यांच्या मागे पायी चालणारे दोन नोकर आणि त्यामागे हळूहळू त्यांच्याच गतीने चालणारी कार अशी ती यात्रा रोज संध्याकाळी जाताना दिसत असे.

ओरिसा महापूर

सन १९३७ मध्ये ओरिसा प्रांतात महानदीला प्रचंड पूर आला. दामोदर नदीही कोपली. या महापुरामुळे पूर्ण ओरिसात प्रचंड नुकसान झाले. महात्मा गांधींनी त्या भागाला भेट दिली. त्यावेळी तिथे काँग्रेसचे स्थानिक सरकार स्थापन झालेले होते. म. गांधींनी सांगितले, ''यावर योग्य तो उपाय काढावयाचा असेल तर विश्वेश्वरय्यांचा सल्ला घ्या.''

त्याचबरोबर विश्वेश्वरय्यांनाही कळविले, ''मी तुमचे नाव सुचविले आहे. कृपया जा.'' त्यानुसार विश्वेश्वरय्या तेथे गेले. प्रदीर्घ पाहणी केल्यावर ही समस्या सोडवण्यासाठी त्यांना दोन उपाय सुचले. दोन्ही उपाय त्यांनी कागदावर लिहिले, मात्र हिराकूड या ठिकाणी मोठे धरण बांधावे अशी शिफारस केली.

सर्वसाधारणपणे पुराचा धोका टाळण्यासाठी 'धरण बांधणे' हा उपाय जगात फारसा वापरला जात नाही. मात्र विश्वेश्वरय्यांनी हा प्रयोग १९०९ मध्ये हैद्राबादेत केला आणि नंतर ओरिसात वापरला. धरण लगेचच बांधले गेले नाही. मात्र विश्वेश्वरय्यांचा विचार मान्य करून ते स्वातंत्र्यानंतर बांधले गेले.

तसे म्हटले तर महात्मा गांधी आणि विश्वेश्वरय्या दोघेही महान! ग्रामीण भारतातल्या सामान्य माणसाचे भले व्हावे म्हणून विचार करणारे महान

व्यक्तिमत्त्व. मात्र दोघांचे मार्ग पूर्णतः भिन्न होते. गांधीजींचा मार्ग हस्तव्यवसाय-चरखा हा होता. त्यांचा हातावर विश्वास होता. हातांना काम द्या. त्यातूनच ग्रामस्वराज्य मिळेल हा त्यांचा विश्वास होता.

विश्वेश्वरय्यांचा विचार अगदीच दुसऱ्या टोकाचा होता. यंत्रांचा वापर करून मोठे उद्योग जोपर्यंत खेड्यापाड्यापर्यंत येणार नाहीत तोपर्यंत खेड्यांची आर्थिक प्रगती होणार नाही, यावर त्यांचा दृढ विश्वास होता.

ही भिन्न मते बाळगणारे आणि एकमेकांना ठणकावून विरोध करणारे दोघेही एकमेकांबद्दल पुरेसा आदर बाळगून होते. त्यामुळेच गांधीजींनी विश्वेश्वरय्यांचे नाव सुचविले. त्यांनीही गांधीजींचा शब्द खाली पडू दिला नाही. जेव्हा ओरिसा सरकारने कामाची फी देऊ केली तेव्हा त्यांनी सांगितले, "हे फीचे पैसे तुम्ही गांधीजींना द्या. मी त्यांच्या शब्दासाठी आलो आहे."

असा हा आदर! असा हा विश्वास! अशी ही महान व्यक्तिमत्त्वे!

गंगेवरचा पूल

संपूर्ण बिहार आणि बंगालमध्ये गंगा नदीवर एकही पूल नव्हता. दोन्ही राज्यांना वाटत होते की, पूल त्यांच्याच राज्यात व्हावा. मात्र केंद्रीय पी.डब्ल्यू.डी.चे मत होते की, गंगेकाठी पुलाचा पाया घेता येईल असा पायाच तेथे उपलब्ध नाही. शेवटी प्रकरण पंतप्रधान पं. नेहरूपर्यंत गेले. कुणाचा तरी सल्ला घ्यावा हा विचार त्यांनी मांडला. विश्वेश्वरय्या त्यावेळी ९२ वर्षांचे होते. त्यामुळे त्यांच्या वयाचा विचार करता त्यांना त्रास देऊ नये असेही मत मांडले.

'पण एकदा विचारून पाहू या' म्हणून मुख्य अभियंत्यांनी फोन केला. विश्वेश्वरय्या 'या' म्हणाले. मुख्य अभियंत्यांना वाटले. नकाशा व कागदपत्रे पाहून ते सल्ला देतील. मात्र ते म्हणाले, "मी मदत करू शकेन. मात्र मला प्रत्यक्ष जागेची पाहणी करावी लागेल. तेव्हा मला आणि माझ्या काही सहकाऱ्यांना तेथे घेऊन जाण्याची व्यवस्था करा." त्यानुसार मुंबईमार्गे ते

पाटण्याला पोहोचले. तेथून रस्त्याने कारमधून पाटणा ते कलकत्ता प्रवास केला. रस्त्यात ६ ठिकाणी पी. डब्ल्यू. डी. ने निवडलेल्या जागा होत्या. सर्व सहाही ठिकाणी ते उतरले. बोटीने समोरच्या किनाऱ्यापर्यंत गेले. दोन्ही तटांची पाहणी केली व परत आले.

अशारीतीने कलकत्त्यापर्यंत गेल्यावर हेलिकॉप्टरने अतिशय कमी उंचीवरून उडत पूर्ण नदीची पाहणी केली.

त्यानंतर दोन्ही राज्याचे बांधकाम मंत्री, मुख्यमंत्री, नेपाळचे जलसंधारणमंत्री, भारताचे पूर्वोत्तर भागातले अधिकारी तसेच बंगाल व बिहारचे उद्योजक यांच्याबरोबर एक बैठक घेतली. त्यांच्याशी चर्चा करून त्यांची मते जाणून घेतली. इतके केल्यानंतर नदीतील पाण्याचा प्रवाह, पाण्याचा वेग, पाऊसमान वगैरे २५ वर्षांचे आकडे घेतले. त्यांचा तुलनात्मक अभ्यास केला. त्यातून दोन जागा निवडल्या, वाहतुकीची घनता लक्षात घेता दोन पूल त्यांना आवश्यक वाटले. आपली पहिली बिहारमधली मोकामेजवळ आणि दुसरा बंगालमधील फराक्का! शासनाने अहवाल स्वीकारला. विश्वेश्वरय्यांनी सुचविलेल्या ब्रिटिश कंपनीलाच काम दिले. त्यातून पहिला पूल मोकामे, बिहार येथे उभा राहिला. यशावकाश दुसरा इथला पूलही तयार झाला.

भारतरत्न पुरस्काराने सन्मानित

विविध क्षेत्रांत प्रदीर्घकालापर्यंत सर्वोत्कृष्ट कामगिरी करून देशाची सेवा करणाऱ्या व्यक्तींचा 'भारतरत्न' हा सन्मान देऊन गौरव करावा असे सन १९५५ साली भारत सरकारने ठरविले.

त्यातून दुसऱ्या वर्षी 'भारतरत्नसाठी विश्वेश्वरय्यांची संमती घेणारे पत्र त्यांना पाठविले. त्यांनी जे उत्तर लिहिले त्याची प्रत जे. आर. डी. टाटांनी उपलब्ध करून दिली आहे.

राष्ट्रपती डॉ. राजेंद्रप्रसाद यांच्याकडून भारतरत्न हा सर्वोच्च किताब स्वीकारताना सर विश्वेश्वरय्या (१९५५)

त्या पत्रात विश्वेश्वरय्या म्हणतात, "देशाचा सर्वोच्च किताब देऊन तुम्ही माझा बहुमान करू इच्छिता त्याबद्दल धन्यवाद! मात्र अशी पदवी दिल्यानंतर तुमच्या सरकारने जे काम केले असेल, ते चांगले आहे म्हणून मी त्याची स्तुती करावी, असे तुमचे मत असेल तर ते घडणार नाही. मी सत्याला सत्य म्हणणारा माणूस आहे. I am the man of facts. तेव्हा मला वाटले तर मी तुमच्यावर टीकाही करीन. हे तुम्हाला चालणार असेल तरच मला ही पदवी द्या."

सुदैवाने त्यांचा विचार समजावून घेणारे पंडितजी हे पंतप्रधान होते. त्यांनी विश्वेश्वरय्यांची अट मान्य केली.

२४ जून, १९५५ रोजी राष्ट्रपती डॉ. राजेंद्रप्रसाद यांच्या हस्ते सत्कार होऊन त्यांना 'भारतरत्न' ही पदवी देण्यात आली.

हा त्यांच्या व्यक्तिमत्त्वाचा गौरव होता की, त्यांच्यामुळे या पदवीला वेगळेच महत्त्व आणि वजन प्राप्त झाले. हा निर्णय ज्याचा त्याने घ्यावा.

जन्मशताब्दी सोहळा

दि.१५ सप्टेंबर १९६० मध्ये विश्वेश्वरय्यांनी शंभराव्या वर्षात पदार्पण केले. त्यानिमित्ताने त्यांचा एक भव्य सत्कार समारंभ बंगलोरच्या लालबागेत करण्याचे ठरले. विश्वेश्वरय्यांच्या घरापासून हे अंतर कारने जास्तीत जास्त दहा मिनिटांचे होते, मात्र तेथे त्यांच्या स्वागतासाठी इतके लोक जमले की, हे

जन्मशताब्दी सोहळा १५ सप्टेंबर १९६०.
विश्वेश्वरय्यांसह पंतप्रधान पं.नेहरू, म्हैसूरचे राजे
रायबहादूर जयचामराज वडियार व इतर मान्यवर

अंतर पार करायला दोन तास लागले. लालबागेच्या गेटपासून व्यासपीठापर्यंत जाण्यासाठीही अर्धा तास लागला.

पंडित नेहरू म्हणाले, ''या उत्तुंग व्यक्तिमत्त्वाचा गौरव करणारे आम्ही कोण! आम्ही तर त्यांच्या छायेत वावरतो. त्यांनी आखून दिलेल्या रस्त्याने चालायचा प्रयत्न करतो. त्यांचा आदर्श समोर ठेवून जगतो. विश्वेश्वरय्यांसारखी व्यक्तिमत्त्वे म्हणजे देशाला पडलेले पहाटेचे सुंदर स्वप्नच आहे.'' सत्काराला उत्तर देताना विश्वेश्वरय्या उभे राहून बोलले. देशाच्या पुढील १५ वर्षांत विकासाची दिशा काय असावी, यावरही आपले विचार व्यक्त केले. एवढी जबरदस्त इच्छाशक्ती अन्‌ आत्मविश्वास त्यांच्यात होता. त्यामुळेच ते अद्वितीय ठरतात.

अभियंता दिन

जगभरात आपल्या कर्तृत्वाचा असा ठसा उमटविणाऱ्या या राष्ट्रपुरुषाचे कायमस्वरूपी स्मरण राहावे म्हणून त्यांचा जन्मदिवस म्हणजे १५ सप्टेंबर हा एक कर्तृत्वाचा जन्मदिवस म्हणून 'अभियंता दिन' म्हणून साजरा करावा असा विचार समोर आला. हा दिवस म्हणजे आपल्या कामाचा आढावा घेण्याचा दिवस, पुढील वर्षासाठीचे संकल्प करण्याचा दिवस, राष्ट्राचे प्रगतीतील आपले योगदान समाजासमोर मांडण्याचा दिवस अशी ही खरी संकल्पना! मात्र त्यानिमित्ताने सर्व विद्याशाखा व सर्व व्यवसायप्रकार यातील अभियंत्यांनी एकत्र येऊन विचारांची देवाणघेवाण करणे. असे स्वरूप आज या दिवसाला प्राप्त झाले आहे.

महाराष्ट्रात गणपती उत्सव हा जसा गर्दीचा आणि जल्लोषाचा उत्सव तसे थोडेसे स्वरूप या दिवसालाही आज आले आहे.

मात्र तरीही या महापुरुषाचे त्यानिमित्ताने हजारो अभियंते देशभराच्या कानाकोपऱ्यात राहून स्मरण करतात, हेदेखील खूप मोठे अभिमानास्पद आहे.

म्हणूनच अभियंता दिनासाठी विश्वेश्वरय्यांचे स्मरण म्हणजे कर्तृत्व पूजनाचाच एक सोहळा आहे. त्यांच्यापासून स्फूर्ती घेण्याचा संकल्प दिवस!

दरवर्षी त्यांचा वाढदिवस साजरा करून त्यांची आठवण जपावी हा विचार पंतप्रधान पं. नेहरू यांनी मांडला. तो शंभरावा वाढदिवस हाच... हाच पहिला 'अभियंता दिन' म्हणून साजरा झाला. त्यानंतर इन्स्टिट्यूट ऑफ इंजिनिअर्स यांनी तो विचार उचलून धरला आणि भारतभर सर्वत्र हा दिवस अभियंता दिन म्हणून साजरा केला, होऊ लागला.

महानिर्वाण

या जन्मशताब्दी सोहळ्यानंतर विश्वेश्वरय्या चांगलेच आजारी पडले. जवळजवळ ८ महिने अंथरुणातच पडून होते. शरीर वैद्यकीय उपचारांना साथ देईना. एकेक अवयव निकामी होऊ लागला. अखेर १४ एप्रिल, १९६२ रोजी वयाच्या, १०२ व्या वर्षी त्यांनी आपल्या राहत्या घरी शेवटचा श्वास घेतला.

आपल्या मृत्यूनंतर आपल्या जन्मगावी, मुद्देनहळ्ळी येथे साधेपणाने अंत्यसंस्कार करावेत अशी त्यांची इच्छा होती. मात्र लोकांनी व कर्नाटक सरकारने 'साधेपणाने' ही अट मान्य केली नाही. संपूर्ण सरकारी इतमामात त्यांचे अंत्यसंस्कार करण्यात आले.

बंगलोर ते मुद्देनहळ्ळी हे जवळजवळ ४५ कि.मी. अंतर होते. रस्त्याच्या दुतर्फा बाजूने लोकांची अंत्यदर्शनासाठी एकच गर्दी उसळली होती.

त्यांच्या जन्मघरापासून सुमारे ३०० मीटर्स अंतरावर, त्यांच्याच मालकी शेतात, एका निसर्गरम्य परिसरात त्यांच्यावर अंत्यसंस्कार करण्यात आले. त्यावेळी २१ बंदुकीच्या फेरी झाडून त्यांना मानवंदना देण्यात आली. त्यांच्या मृत्यूमुळे तीन दिवस राष्ट्रीय शोक मनविण्यात आला.

अशारीतीने सामान्य कुटुंबात जन्मलेला; परंतु आपल्या सद्गुणांनी, बुद्धिमत्तेने व कठोर परिश्रमाने जीवन जगणारा विश्वेश्वर हा जगाला वंदनीय ठरला. भारतरत्न झाला. केवळ इंजिनिअर्सनाच नव्हे, तर सर्वच भारतीयांना आदर्श ठरला. त्यांच्याबद्दल तुमचे कुतूहल जागृत व्हावे व त्यांचे सविस्तर चरित्र तुम्ही जाणून घ्यावे या एकाच उद्देशाने हे छोटेखानी पुस्तक!

✦✦✦

जीवनपट

१५ सप्टेंबर १८६१	–	मुद्देनहळ्ळी, कर्नाटक राज्य येथे जन्म.
फेब्रुवारी १८८४	–	एल. सी. ई. ही अभियांत्रिकी पदवी व बर्कले पारितोषिक प्राप्त
एप्रिल १८८४	–	पी. डब्ल्यू. डी. मुंबई प्रांत यांचे अंतर्गत खान्देशचे असिस्टंट इंजिनिअर म्हणून धुळे येथे नेमणूक.
१९०१	–	धरणाच्या ऑटोमॅटिक गेटचा शोध लावला व जागतिक पेटंट घेतले.
१९०१	–	सिंचन आयोगासमोर 'ब्लॉक सिस्टीम' पद्धत मांडली आणि मंजूरही करून घेतली.
१९०६	–	जॅकवेल व परकोलोशन गॅलरीचा एडन येथे यशस्वी वापर
१९०८	–	सुपरिटेंडिंग इंजिनिअर पदावरून शासकीय नोकरीचा राजीनामा.
१९०९	–	हैदराबाद येथे मुख्य अभियंता.
१९०९	–	म्हैसूर येथे मुख्य अभियंता, कृष्णराजसागरचा पहिला टप्पा सुरू.

१९१२	-	म्हैसूर राज्याचे दिवाण
१९१३	-	बँक ऑफ म्हैसूरची स्थापना
१९१४	-	IISc बंगलोरचे कामकाज सुरू केले
१९१५	-	कृष्णराजसागर पहिला टप्पा पूर्ण. वीजनिर्मितीला सुरुवात
१९१६	-	कन्नड साहित्यसभेची स्थापना. एकाखाली एक मेकॅनिकल स्कूलची स्थापना
१९१६	-	म्हैसूर विद्यापीठ स्थापन केले
१९१६	-	अनेक मोठ्या व मध्यम उद्योगांना सुरुवात.
१९१८	-	'भद्रावती आयर्न ॲण्ड स्टील' कारखान्याच्या कामाला सुरुवात
१९१९	-	दिवाणपदाचा राजीनामा व निवृत्ती
१९२०	-	Reconstructing India या पुस्तकातून पंचवार्षिक योजना जगात पहिल्यांदा मांडली.
१९२३	-	भद्रावती आयर्न ॲण्ड स्टीलचे अध्यक्षपद
१८९८ ते १९४६	-	सहा वेळा परदेश दौरे- अभ्यास दौरे-त्यापैकी तीन वाहनउद्योग भारतात यावेत म्हणून
१९३९	-	ओरिसामध्ये महानदीच्या पुराची पाहणी व पूरनियंत्रण रिपोर्ट
१९४०	-	बंगलोर येथे विमाननिर्मिती कारखाना
१९४६	-	मुंबईजवळ कारनिर्मितीचा प्रीमियर कंपनीचा कारखाना
१९५२	-	गंगेवर पुलासाठी पाहणी व जागा निश्चित करून दिली.
१९५५	-	भारतरत्न पदवी मिळाली
१९६०	-	जन्मशताब्दी सोहळा
१४ एप्रिल १९६२	-	महानिर्वाण

पदव्या आणि मानसन्मान

१८८४	–	मुंबई विद्यापीठातून, पुण्याच्या इंजिनिअरिंग कॉलेजातून एल.सी.ई. (आताची बी.ई.) ही पदवी. विद्यापीठात सर्वप्रथम आल्याने बर्कले पारितोषिक
१८८७	–	असोसिएट मेंबर ऑफ इन्स्टिट्यूट ऑफ ब्रिटिश इंजिनिअर्स, लंडन
१९०६	–	एडनच्या सुलतानातर्फे 'कैसर ए हिंद' ही पदवी प्रदान
१९०८	–	मुंबई विद्यापीठातर्फे 'फेलोशिप'
१९११	–	दिल्ली दरबारातर्फे CIE (कंपेनिअन ऑफ द इंडियन एम्पायर) ही पदवी प्रदान
१९१४	–	दिल्ली दरबारातर्फे KCIE (नाइट कमांडर ऑफ द ऑर्डर ऑफ द इंडियन कमांडर) ही लंडनच्या ब्रिटिश शासनाची 'सर' म्हणून उपाधी देणारी पदवी प्रदान
१९२१	–	कलकत्ता विद्यापीठातर्फे डी.एस.सी. (डॉक्टर ऑफ सायन्सेस)

१९३१	–	मुंबई विद्यापीठातर्फे डॉक्टर ऑफ लॉज
१९३७	–	बनारस हिंदू विद्यापीठातर्फे डी. लिट.
१९३७	–	ऑनररी लाइफ मेंबरशिप इन्स्टिट्यूट ऑफ इंजिनिअर्स इंडिया
१९३७	–	ब्रिटिश सरकारतर्फे 'नाइटहूड' म्हणजेच सर हा किताब प्रदान
१९४४	–	पाटणा विद्यापीठातर्फे डी.एस.सी.
१९४८	–	म्हैसूर विद्यापीठातर्फे डॉक्डरेट- एल. एस. सी.
१९५३	–	आंध्र विद्यापीठातर्फे डी. लिट.
१९५८	–	जाधवपूर युनिव्हर्सिटीतर्फे डी.एस.सी.
१९५८	–	दुर्गाप्रसाद खेतान मेमोरियल गोल्ड मेडल
१९५८	–	इंडियन इन्स्टिट्यूट ऑफ सायन्सेसची फेलोशिप
१९५५	–	भारत सरकारतर्फे देशाचा सर्वोच्च 'भारतरत्न' किताब देण्यात आला.
१९६०	–	भारत सरकारतर्फे बंगलोर येथे जन्मशताब्दी महोत्सव साजरा याखेरीज
१९५२	–	ऑनररी रोल ऑफ काउंसिल ऑफ इन्स्टिट्यूट ऑफ सिव्हिल इंजिनिअरिंग

✦✦✦

विविध समित्यांवरील नेमणुका

अभियांत्रिकी क्षेत्रातल्या समित्या व कामे

- काठेवाडातील (आजच्या गुजरातमधील सौराष्ट्र) येथील पाणीवाटप आणि मोबदला समिती
- तुंगभद्रा नदीवरील बांधकामाला कोणत्या दर्जाचा मसाला (**Mortar**) वापरायचा हा वाद, सोडावे पारी समिती
- सक्कर धरणाची मजबुती व तिथला वाद, इरिगेशन कमिशन १९२५ याचे सदस्यत्त्व
- ठिग्रा (ग्वाल्हेर) येथील पाणीपुरवठा मजबुतीकरण योजना.
- नागपूर, सांगली, कोल्हापूर इत्यादी ठिकाणची पाणीपुरवठा व ड्रेनेज पद्धतीची आखणी
- नागपूर, हैदराबाद (पाकिस्तान), इंदौर येथील नगररचना

शिक्षण क्षेत्रातील समित्या

- बॉम्बे टेक्निकल ॲण्ड इंडस्ट्रिअल एज्युकेशन सोसायटी (१९२२)
- इंजिनिअरिंग एज्युकेशन रिव्ह्यू कमिटी मुंबई विद्यापीठ (सन १९०७)
- रासायनिक उद्योगवाढीसाठी शिक्षण सुधार समिती (सन १९३०)
- व्यवसाय कौशल्य विकास कमिटी

सामाजिक क्षेत्रातील समित्या

- बॉम्बे कॉर्पोरेशन रिफॉर्म अॅण्ड रिट्रेचमेंट कमिटी
- बंगलोर दंगल चौकशी समिती
- कराची म्युनिसिपल फायनान्स अॅण्ड अॅडमिनिस्ट्रेशन कमिटी
- बॉम्बे रेक्लमेशन इनक्वायरी कमिटी

आर्थिक क्षेत्रातल्या समित्या

- स्वदेशी बाजार समिती
- न्यू कॅपिटल इन्क्वायरी कमिटी १९२२
- द इंडियन इकॉनॉमिकल इन्क्वायरी कमिटी १९२५
- म्हैसूर चेंबर ऑफ कॉमर्स
- म्हैसूर इकॉनॉमिकल जर्नल
- रेल्वे इन्क्वायरी कमिटी
- इंडस्ट्रिअल कॉंग्रेस कमिटी (१९३६-३७). अध्यक्ष पं. नेहरू होते. अहवाल ३६ खंडांमध्ये तयार झाला. त्याचे नाव इंडियन इंडस्ट्रिअलायझेशन कमिटी असे आहे.
- ऑल इंडिया मॅन्युफॅक्चरर्स ऑर्गनायझेशन १९४१
- ग्रामीण औद्योगिकीकरण

राजकीय क्षेत्रातील समित्या

- ऑल पार्टीज राउंड टेबल कॉन्फरन्स १९२२ मुंबई
- साउथ इंडिया स्टेट पीपल्स कॉन्फरन्स १९२९
- ऑल इंडिया स्टेट कॉन्फिडरेशन ऑफ प्रिन्सेस अॅण्ड दिवाणस् १९३७

लेखनकार्य

भारताच्या प्रगतीचा व विकासाचा विचार समोर ठेवून लिहिलेली पुस्तके

1. Reconstructing India - 1920
2. Unemployment in India (causes & care) 1932
3. Planned Economy for India - 1934
4. Nation Building - 1937
5. District Development Scheme - 1939
6. Automobile Industries of Bombay - 1940
7. Rapid Development of Industries - 1942
8. Prosperity Through industry - 1942
9. Industries In the Indian Union - 1943
10. Reconstruction in Post war India - 1944
    A comprehensive Administrative Scheme
11. Village Industries Handbook - 1949
12. Village Industries Hand Book Vol I&II - 1950
13. Memoirs of My Working Life - 1951
14. Rural Industrialise Schemes of Mysore - Vol. I - 1955,
    II-1956, III-1958
15. Nation Building Plan for India - 1957

✦✦✦

विशेष कार्यकर्तृत्व

१. कृष्णराजसागर या काळात भारतातल्या सर्वांत मोठ्या अशा दगडी बांधकामातल्या धरणाची निर्मिती! पहिले डिझाइन तयार करून पाणी प्रवाही करेपर्यंत ह्या धरणाच्या कामात सहभाग! अशा प्रकारे धरणाचे काम हाताळणारे ते जगभरात पहिलेच! त्यामुळेच त्यांना 'He is a man who stored the mansoon' (त्यांना पाऊस अडविला व साठविला) अशा अर्थाने जगभर ओळखले जाऊ लागले.

२. 'ऑटोमॅटिक गेट्स' ह्या स्वयंचलित दरवाजांची निर्मिती केली. ते अनेक धरणावर बसवले. त्याचे जागतिक पेटंट मिळविले (१९०८). अशा प्रकारे अभियांत्रिकी कामाचे पेटंट मिळविणारे ते पहिलेच भारतीय.

३. 'ब्लॉक सिस्टीम' ही सिंचनासाठीची नवी कल्पना मांडली व विकसित केली.

४. 'भद्रावती आयर्न ॲण्ड स्टील' या उद्योगाची यशस्वी निर्मिती

५. म्हैसूर विद्यापीठाची स्थापना

६. बँक ऑफ म्हैसूरची स्थापना

७. इंडियन इन्स्टिट्यूट ऑफ सायन्सेस (IISc.), बंगलोर, संस्थेच्या निर्मितीत सहभाग

८. विमान व मोटरवाहन निर्मिती कारखान्याच्या निर्मितीत सहभाग

९. सर्वसामान्य माणसाचे जीवन सुखी व समृद्ध व्हावे म्हणून आयुष्यभर झटले.

१०. अनेक गोष्टी स्वतःच पहिल्यांदा केल्या. निर्माण केल्या. घडविल्या. त्यातून नवे मानदंड निर्माण केले. स्वतःच ते मोडून पुन्हा नव्याने मांडले.

११. निःस्पृहपणा, वेळेबाबतची अचूकता, सतत कार्यरत राहण्याची कृती, दूरवरचा विचार यामुळे आयुष्यभरासाठी ते एक 'आयडॉल' म्हणून समोर उभे राहिले.

१२. प्राथमिक शिक्षण मोफत व सक्तीचे केले.

१३. उद्योग शिक्षण व कौशल्य विकासाचे अभ्यासक्रम सुरू केले.

१४. 'मातृभाषेतून शिक्षण' ह्या संकल्पनेसाठी अनेक पुस्तके कन्नड भाषेत भाषांतरित करून घेतली व राज्यभर उपलब्ध करून दिली.

❋❋❋

ते पहिलेच

१. सिंचनाच्या कामासाठी वक्रनलिका पद्धतीचा वापर केला.

२. सिंचनासाठी सर्वांना पाणी उपलब्ध व्हावे म्हणून ब्लॉक पद्धत ही
    नवी पद्धत सुरू केली. त्यातून प्रत्येकाला किमान ३० टक्के जमिनीला
    पाणी मिळेल ही व्यवस्था केली. म्हैसूर राज्यात ही पद्धत सुमारे
    २५०० ठिकाणी वापरली.

३. प्रत्येकाच्या शेतापर्यंत कालव्याने पाणी न नेता गावातल्या जुन्या
    पारंपरिक तलावापर्यंत ते नेणे व तिथून जुनी, अस्तित्वात असलेली
    पद्धत वापरणे ही पद्धत सुरू केली. त्यातून गावागावातून विकेंद्रित
    स्वरूपात जलसाठे निर्माण केले.

४. कालव्यांची व पाटाची देखभाल दुरुस्ती यासाठी 'सोमवार गावासाठी'
    ही पद्धत सुरू केली.

५. धरणाचा पाणीसाठा वाढविण्यासाठी 'ऑटोमॅटिक गेट्स'चा शोध
    लावला. त्याचे जागतिक पेटंट मिळविले. अनेक धरणांवर ते वापरले.

६. जॅकवेल आणि परकोवेशन गॅलरी या दोन गोष्टी नदीच्या पात्रात
    तयार करून पिण्याचे पाणी नैसर्गिकरीत्या गाळण्याची 'पर्यावरणरक्षी'
    पद्धत वापरायला प्रारंभ केला.

७. पंचवार्षिक योजना ही कल्पना १९२० साली मांडली. मार्क्सचा विचार अमलात कसा आणता येईल ही योजना मांडणारे ते जगातले पहिले विचारवंत ठरले.

८. राज्यकारभारात लोकसहभाग वाढविण्याचा प्रयत्न केला.

९. स्थानिक भाषेला प्राधान्य देण्यासाठी 'कन्नड साहित्य सभा' स्थापली. त्यामार्फत अनेक पुस्तके कन्नडमध्ये भाषांतरित करून लोकांना उपलब्ध करून दिली.

१०. पायाभूत सुविधांचा विकास म्हणजे प्रगतीच्या मार्गावरचे पहिले पाऊल. हा मंत्र प्रत्यक्ष राबविला.

११. सर्व प्रगतीची सुरुवात शिक्षणापासून होते, म्हणून शिक्षणाच्या सर्वांगीण विकासासाठी प्रयत्न केले.

१२. भारतीय संस्थानामधले पहिले 'म्हैसूर विद्यापीठ' स्थापन केले. त्यातून शेती, तंत्रशिक्षण तसेच कौशल्य विकासावर भर दिला.

१३. उद्योगनीती आणि अर्थनीती यांची राज्याच्या सामान्य माणसाच्या विकासाशी सांगड घातली.

१४. जे प्रत्यक्ष वापरता येते व त्यातून आर्थिक गरजा भागविता येतात ते शिक्षण, हा नवा दृष्टिकोन राबविला.

१५. कृषीमाल प्रक्रिया उद्योग व कृषिपूरक उद्योगांना प्रोत्साहन मिळवून दिले.

१६. प्राथमिक शिक्षण सक्तीचे व मोफत ही योजना १९१४ मध्येच सुरू केली. गरीब मुलांना शाळेपर्यंत नेणे-आणणे, वह्या पुस्तके, दुपारचे भोजन घ्यायला सुरुवात केली.

१७. ग्रामीण जनतेसाठी 'अल्पबचत' योजना सुरू केली. पीक कर्जे द्यायला प्रारंभ केला.

१८. कृषीमालाला योग्य भाव मिळावा म्हणून सहकारी तत्त्वावर विक्री व्यवस्था स्थापन करून दिली

१९. शासकीय नोकरीसाठी 'स्पर्धा परीक्षा' सुरू केल्या.

२०. कार्यक्षमता वाढीसाठी 'एफिशियन्सी ऑडिट' हा प्रकार राबवायला सुरुवात केली.

२१. वृत्तपत्र स्वातंत्र्य जपले आणि वृत्तपत्रांना समाजहिताची व देशहिताची कामे करायला प्रोत्साहन दिले.

२२. धरण बांधकामासाठी सिंचन आणि वीजनिर्मिती हा दुहेरी हेतू ठेवावा; या विचाराचा जगभर प्रसार केला.

✦✦✦

विश्वेश्वरय्या यांचे विचार

- आयुष्यात जे काय करावयाचे ते देशातल्या सामान्यातल्या सामान्य आणि गरिबातल्या गरीब व्यक्तीचे जीवन सुखी व्हावे, त्याचे कष्ट कमी व्हावेत, त्याचा आर्थिक स्तर उंचावावा ह्यासाठीच! त्याच्या खिशात चार पैसे आणि कुटुंबसुखाने भरल्यापोटी झोपू शकले तरच आपण काही तरी करू शकतो असे म्हणता येईल.

- ह्यासाठी केवळ पावसावर आधारित शेतीतून बाहेर पडता यायला हवे.अनेकवेळा हवा तेव्हा पाऊस येत नाही किंवा नको तेव्हा येतो आणि नासाडी करतो. थोडक्यात म्हणजे शेतकऱ्याला पुरेसे समाधान व उत्पन्न फारच कमी वेळा मिळते.

- ज्या देशात ८०-८५ टक्के जनता ही पावसावर आधारित असलेल्या शेतीवर जगते तेथे समृद्धी येऊच शकत नाही.

- त्यासाठी शेताला १०० टक्के सिंचनाची सोय हवी.

- त्यांना रोजगार देतील असे कारखाने हवेत.

- कारखान्यांना अर्थपुरवठा करता येईल अशा स्वतःच्या बँका हव्यात.

- शिक्षण द्यायचे असेल तर ते लोकांच्या भाषेतून, मातृभाषेतून द्यायला हवे, ते लवकर पसरते.

- देशाच्या विकासाचा मार्ग हा खेड्याच्या विकासातून जातो.

- खेड्याच्या विकासाचा मार्ग हा उद्योगनिर्मितीतून जातो.

- Investigate, Educate & Organise म्हणजे शोधा, शिका आणि संघटित व्हा, हा विकासाचा मार्ग आहे.

- गरिबी इतर कुठल्याही बरा करता येऊ शकेल अशा रोगासारखाच आजार आहे. अज्ञान, परावलंबत्व, अकार्यक्षमता, आळशीपणा आणि स्वतःच झडून उद्योजक म्हणून पुढे येण्याची मानसिकता नसणे, हेच खरे दुखणे आहे. हे दुर्गुण दूर केलेत तर दारिद्र्य दूर पळून जाईल.

- यश हे कृतीतून प्राप्त होते. केवळ विचारातून नाही. तुम्ही काय करता ह्यावरच ते अवलंबून असते. त्यासाठी कठोर परिक्रमाची किंमत मोजावी लागते.

- माणूस चुका करतो. निसर्ग त्या कधीच माफ करीत नाही. त्याची किंमत ही मोजावीच लागते.

- शिक्षण हा प्रगतीच्या मार्गावरचा अत्यंत महत्त्वाचा असा पहिला टप्पा आहे. सर्व प्रगतीचा तो आत्मा आहे

- सक्तीचे आणि मोफत प्राथमिक शिक्षण ही राष्ट्राची मूलभूत गरज आहे.

- आमचे उच्चशिक्षण हे आमच्या गरजानुरूप असायला हवे. दर ५ वर्षांनी आढावा घेऊन सतत सुधारणा व्हायला हव्यात.

- उद्योगधंदे करा अन्यथा विनाश अटळ आहे.

- कामाचा कंटाळा आला तर अधिक काम करा. त्या कामाचा अधिक कंटाळा आला तर त्याहून अधिक कष्ट करा.

- राष्ट्राचे हित व प्रगती हा प्रत्येक कामामागचा विचार असू द्या.

- संघटित व्हा. एकत्रित येऊन काम करा. यशाला तुमच्यापर्यंत यावे लागेल.

- आपल्या गरजा ओळखाव्या लागतील. त्या पूर्ण करायला मार्गही आपल्यालाच शोधावा लागेल. त्यावर ठामपणे पावले टाकावी लागतील.मग निश्चितपणे यश मिळेल.

- कितीही अडचणी आल्या तरी डगमगून जाऊ नये. स्वतःवर, स्वतःच्या विचारांवर, कार्यपद्धतीवर व अंतिम ध्येयावर पूर्ण विश्वास ठेवावा. टीकेला घाबरू नये. स्वतःला विचलित होऊ देऊ नये. यशाला कदाचित थोडा उशीर लागेल; पण शंभर टक्के ते मिळेलच.

- उच्च ध्येय बाळगा. त्यासाठी झटा. उच्च यश मिळेल.

(विविध ठिकाणी विश्वेश्वरांनी मांडलेल्या विचारातून संकलन.)

✦✦✦

विश्वेश्वरय्या संग्रहालय धुळे

धुळे शहर ही विश्वेश्वरय्यांच्या कामाची गंगोत्री! पहिले काम धुळे! येथूनच खऱ्या अर्थाने त्यांच्या कर्तृत्वाला सुरुवात झाली. एप्रिल १८८४ पासून सोळा महिने ते धुळ्यात होते. मुंबई प्रांत पी.डब्ल्यू.डी.मध्ये नाशिक विभागात, खान्देशचे असिस्टंट इंजिनिअर म्हणून आले होते.

सुदैवाने सुमारे १३० वर्षांनंतरही ते ज्या इमारतीच्या परिसरात कामाला बसत असत ती इमारत चांगल्या अवस्थेत मिळाली. आमच्या काही मित्र व सहकाऱ्यांसह आम्ही पाठपुरावा केला. सार्वजनिक बांधकाम विभागाच्या अधिकाऱ्यांनी सहकार्य केले आणि त्यातून 'भारतरत्न डॉ. मोक्षगुंडम् विश्वेश्वरय्या स्मृती परिसर' असे नामकरण करून तेथे *विश्वेश्वरय्या संग्रहालय* सुरू करता आले.

९ फेब्रुवारी, २०१४ ला उद्‌घाटन झालेले हे संग्रहालय म्हणजे *विश्वेश्वरय्या एक व्यक्ती आणि कर्तृत्व* यांचे चित्रमय दर्शन आहे. त्यांच्या व्यक्तिमत्त्वाच्या विविध पैलूंवर प्रकाश टाकता येईल, अशा सुमारे ६५ पेक्षा जास्त छायाचित्रांच्या आधारे ते विकसित केले आहे.

त्याचबरोबर विश्वेश्वरय्यांनी सुरू केलेली एक महान अभियांत्रिकी परंपरा ह्या देशात पुढे घेऊन जाणारे आणि व आंतरराष्ट्रीय पातळीवर देशाचे नाव

कोरून ठेवणारे स्वातंत्र्योत्तर काळातले अन्य १४ अभियंते व शास्त्रज्ञांचा परिचय करून देणारे दालनही येथे आहे. काही मॉडेलदेखील आहेत.

या संग्रहालयाच्या आधाराने ग्रंथालय, वाचनालय, इ. सुविधा निर्माण करावयाला सुरुवात झालेलीच आहे. त्यामार्फत सर्व विद्याशाखा आणि सर्व अभियांत्रिकी कार्यविभागातील (शासकीय नोकरी, उद्योग, शिक्षण, निर्मिती, सल्लाविभाग इ.) अभियंते व अभियांत्रिकी संबंधित कामे असणाऱ्या व्यक्ती यांचे एक संघटन निर्माण होऊन तेथून ज्ञानाचे आदानप्रदान व्हावे ही संकल्पना बाळगली आहे.

दरवर्षी एखादे वार्षिकांक प्रसिद्ध करून 'नव्या नव्या वाटां'चा परिचय करून देणारा ग्रंथ जनतेपर्यंत पोहोचवावा, असाही मानस आहे.

एक मोठे म्हणजे सुमारे १५० लोक बसू शकतील असे सभागृह उभे करून सर्व अभियांत्रिकी कामांशी संबंधित लोकांना एकत्र येता यावे, अशी जागा निर्माण करीत आहोत.

कौशल्यविकासासाठी छोटेखानी अभ्यासक्रम निर्माण करून त्यातून सामान्य कुवतीच्या विद्यार्थ्यांना चांगले जीवन जगण्यासाठी नव्या वाटा मोकळ्या करून देण्याचा प्रयत्न सुरू आहे.

असे विश्वेश्वरय्यांच्या नावाने विविध अंगांनी काम करणारे विश्वेश्वरय्या संग्रहालय हे धुळे, जळगाव, नाशिक व नंदुरबारच्या अभियंते-आर्किटेक्ट यांच्या सहभागातून उभे राहिले असून सुमारे ७०० लोकांनी त्यासाठी आजपर्यंत आर्थिक हातभार लावला आहे. 'विश्वेश्वरय्या स्मृती समिती' ही सार्वजनिक न्यास म्हणून संस्था, नोंदणी करून घेऊन त्यामार्फत हे कार्य सुरू आहे.

हे संग्रहालय भारतात एक क्रमांकाचे संग्रहालय असावे, असे त्याचे स्वरूप देण्यात संस्थेला यश आले आहे. एकदा तरी भेट दिलीच पाहिजे असे हे संग्रहालय आहे.

मुकुंद धाराशिवकर : पुरस्कार आणि साहित्य

- सर्वोकृष्ट, विज्ञान लेखन पुरस्कार २०१३, लोकमत पुरस्कार- देशोदेशीचे पाणी या ग्रंथाबद्दल
- आदर्श समाज शिक्षक पुरस्कार २०१३- आशा फाउंडेशन, मुंबई
- धुळे जिल्हा आयकॉन म्हणून निवड २०१२
- नेशन बिल्डर अवॉर्ड - २०१५

कांदबरी

१. रिंगण -	१९८०
२. वाळवंटातील वादळ	२०००
३. लिलिपुटच्या शोधात	२००२
४. ऑपरेशन भागीरथी	२००८
५. साडे माडे फॅक्टरी	२०११
६. अभिजित अफलातून सागराच्या पोटातून	२०१३

एकांकिका, नाटक व कविता

१. चंदू चाललाय चंद्रावर	१९८८
२. लोभस हा इहलोक हवा	१९८८
३. हरवलेल्या सावलीचे नाटक	१९८८

४. मध्यरात्रीचा सूर्य	१९९२
५. चांदोबा लपला (कविता)	२००२
६. शाळा आणि झोपाळा (कविता)	२०१५

इतर पुस्तके

१. स्वतःचे घर - आजचे स्वप्न उद्याचे सत्य	२००४
२. घर घेता का घर	२००९
३. मंदिर शिल्पे, धुळे जिल्हा	२०१३
४. दुष्काळ भेडसावतोय उपाय तुमचे	२००४
५. पांझरा बारामाही	२००६
६. पाणी तुमच्या शेतात	२०१२
७. हिशोब पाण्याचा	२०१२
८. पाणी तुमचे आमचे	२०१३
९. देशोदेशीचे पाणी	२०१३
१०. पाण्याच्या भारतीय परंपरा	२०१३
११. सिंचनाची शिरपूर पद्धत	२०१३

संपादित :

१. शेतकरी आत्महत्या आणि पाणी	२०१२
२. विश्वेश्वरय्या	२०११
३. समर्थ धुळे जिल्हा २०२० भाग १	२०१०
४. समर्थ धुळे जिल्हा २०२० भाग २	२०१०
५. प्रगतीच्या पाऊलवाटा भाग १	२०१३
६. प्रगतीच्या पाऊलवाटा भाग २	२०१३
७. विश्वेश्वरय्या स्मृतिग्रंथ	२०१३
८. पाणी - उद्याची दिशा	२०१३
९. नित्योपयोगी तंत्रज्ञान	२०१३
१०. स्वातंत्र्योत्तर काळातील भारताची अभियांत्रिकी वाटचाल	२०१३
११. अभियांत्रिकी आव्हाने	२०१५